முரண்

கோமகன்

எதிர்
வெளியீடு

முரண்

கோமகன்

முதல் பதிப்பு: டிசம்பர் 2018

எதிர் வெளியீடு,
96, நியூ ஸ்கீம் ரோடு, பொள்ளாச்சி - 642002.
தொலைபேசி: 04259 - 226012, 99425 11302.
விலை: ரூ. 120

MuRan

Koomagan

Copyright © Koomagan

First Edition: December 2018

Published by
Ethir Veliyeedu, 96, New Scheme Road. Pollachi - 642002.
Email: ethirveliyedu@gmail.com
www.ethirveliyedu.in

Price: ₹ 120

Wrapper Design: Vijayan

ISBN : 978-93-87333-53-6

Layout : Publishing Next

Printed at Jothy Enterprises, Chennai.

All rights reserved. No part of this book may be reprinted or reproduced or utilised in any form or by any electronic, mechanical or other means, now known or hereafter invented, including photocopying and recording, or in any information storage or retrieval system, without permission in writing from the Publisher.

30 வருடகாலமாக இடம்பெற்ற தாயக விடுதலைப் போராட்டத்தில் மரணித்த அனைத்து அப்பாவிப் பொதுமக்களுக்கும் போராளிகளுக்கும் மற்றும் என் எழுத்துகளை உயிர்ப்பித்துக்கொண்டிருக்கும் எனது வாசகர்களுக்கும் இந்த முரணை காணிக்கை செய்கின்றேன்.

பொருளடக்கம்

1. அகதி | 9
2. முரண் | 16
3. தகனம் | 24
4. டிலீப் டிடியே | 32
5. ஏறுதழுவுதல் | 43
6. வெள்ளி 13 | 50
7. ஆக்காட்டி | 58
8. வெடிப்பு | 67
9. மாதுமை | 72
10. பருப்பு | 82
11. சுந்தரி | 91

உங்களுடன் நான்

போதைகளில் பலவகையுண்டு. அவைகளின் அடிப்படை ஊக்கியே, நடைமுறை வாழ்வியல் சிக்கல்களினால் சோர்ந்து போயிருக்கும் மனிதர்களின் ஆழ்மனதை கிளர்த்துவதேயாகும். என்னைப்பொறுத்தவரையில் எழுத்தும் ஒருவகையான போதையே. எனது எழுத்துகள் பத்திரிகைகளில் வெளியாகி அதனை வாசகர்கள் படித்துக் கருத்துச் சொல்லும்பொழுது மகிழ்ந்திருக்கின்றேன். அதாவது எனது தனிப்பட்ட துயர்களுக்கான வடிகாலாக இந்த எழுத்துகள் இருந்திருக்கின்றன. ஆரம்பத்தில் ஆர்வக்கோளாறில் 'எதையாவது எழுதவேண்டும்' என்று துடியாய்த் துடித்ததின் விளைவினால் வெளியாகியது கோமகனின் 'தனிக்கதை' சிறுகதைத் தொகுப்பு. ஆனால், எழுத்தில் முதிர்வுத்தன்மை ஏற்பட்டதன் பின்னர் 'எதையாவது எழுதவேண்டும்' என்ற ஆர்வக்கோளாறை அடக்கி, அதனை நேர்வழிப்படுத்தி எனது மூன்றாவது படைப்பாக உங்கள் முன் 'முரண்'- என்ற சிறுகதைத்தொகுப்பின் ஊடாக உங்களைச் சந்திக்கின்றேன். இந்தச் சிறுகதைத் தொகுப்பில் பதினோரு சிறுகதைகளைத் தொகுத்திருக்கின்றேன். இந்தக்கதைகள் ஒவ்வொன்றிலும் நான் தனிப்பட்ட பலஇடங்களில் முரண்பட்டிருக்கின்றேன். ஒருசில கதைகளில் கதை சொல்லும் உத்திகளில் பரிசோதனை முயற்சிகளை செய்திருக்கின்றேன். எம்மவரிடையே காலங்காலமாகப் பேணப்பட்டுவரும் புனிதப்படுத்தல்களை கேள்விக்குட்படுத்தி உடைத்தெறிந்திருக்கின்றேன். பேசாப் பொருட்களைப் பேசியிருக்கின்றேன். அவைகளில் நான் வெற்றி பெற்றிருக்கின்றேனா என்பதெல்லாம் எனக்குத்தெரியாது. பரிசோதனை முயற்சிகளை செய்திருக்கின்றேன் என்பதை உறுதிப்படச் சொல்ல முடியும்.

எனக்கு இலக்கிய ஜாம்பவான்களைப்போல சொல் கட்டத்தெரியாது. எல்லோருக்கும் வாலிபப்பருவம் அதன் வசந்தத்தையும் ஊர் உறவு நண்பர்கள் என்று அள்ளிக்கொடுக்க, அதேவயதில் நாட்டில் இடம்பெற்ற யுத்தத்தின் உபரிவிளைவாக நான் அகதியாக

அந்நியதேசத்திற்குப் புலம் பெயர்ந்ததும் இந்தச் சொல் கட்டுக்குள் வராமைக்கு ஒரு காரணமாகிற்று. அதனால் எனது ஆழ்மனதில் இருந்த நினைவுச்சிடுக்குகளே எனது எழுத்துகளாகின. அவை இலக்கியத்தரமானவையா இல்லை தட்டைகளானவையா என்பதுபற்றி எனக்குக் கவலைகள் இருந்ததில்லை. எனது மனதில் எது தோன்றுகின்றதோ அதை எழுத்தில் கொண்டுவருகின்றேன். அதாவது எனது எழுத்துக்கு நான் விசுவாசியாக இருக்கின்றேன். அதேவேளையில் அதற்குரிய வினைகளை வாசகர்களாகிய நீங்களே தருகின்றீர்கள். ஆகவே இந்த முரண் சிறுகதைத்தொகுதியில் உங்கள் முரண்களைத் தயங்காது வெளிப்படுத்துங்கள். அதுவே என்னை மேலும் செம்மைப்படுத்தும். இந்த நூலை செம்மைப்படுத்திய தோழர் பொ. கருணாகரமூர்த்தி, தமிழ்க்கவி ஆகியோருக்கும், நூலைப் பிரசுரம் செய்த எதிர் பதிப்பகத்தினருக்கும் தமிழகத்தில் இருந்து இந்த நூலைக் கொண்டுவருவதில் முழுமையாக உழைத்த தோழர் முஹமட் சிராஜ்- க்கும் எனது நன்றிகள்.

நேசமுடன்
கோமகன்
koomagan93@gmail.com

அகதி

பாரிஸ் பெருநகரின் வடகிழக்குப் புறத்தில், ஏறத்தாழ அறுபது மைல்கள் தொலைவில், பிரான்ஸின் சர்வதேச விமான நிலையத்தின் அருகே செவ்ரன் என்ற போ செவ்ரன் (beau sevran) நகர் அமைந்து இருந்தது. இந்த நகரில் வசிப்பவர்களை 'செவ்ரனைஸ்' (Sevranais) என்று சொல்வது வழக்கம். போ செவ்ரனை சரியாகத் தமிழ்ப்படுத்தினால் அழகிய செவ்ரன் என்று வரும். ஆனால், அநேகர் குடியேற்றவாசிகளாகவே இருந்ததினால் அழகிற்கும் சுத்தபத்தங்களுக்கும் இந்த நகர் எட்டியே நின்றது. இன்றும்கூட செவ்ரன் தொடருந்து நிலையத்தின் முன்னால் குடியேற்ற வாசிகளினால் விற்கப்படுகின்ற சோளம் பொத்திகளும் இறைச்சியில் வாட்டி விற்கின்ற சான்விச்சுகளும் பிரபலம். அதில் இருந்து வெளியாகும் தீய்ந்த புகையினால் சுற்றுச்சூழல் பாதிக்கப்படுவதாக அவர்களும் உணர்வதில்லை, இந்த நகரின் நகரத்தந்தையும் உணர்வதில்லை. இப்படியாக இந்த நகரத்தின் கதையை சொல்லிக்கொண்டு போகையில் பூவுடன் சேர்ந்த நாரும் மணக்கும் என்பதுபோல, எங்களுக்கு எப்படி வன்னி தடுப்பு முகாம்கள் ஒருகால கட்டத்தில் இருந்ததோ அப்படியே வரலாற்றில் கறைபடிந்த நகரான ட்ரான்ஸி(Drancy) நகர் போ செவ்ரனுக்குப் பக்கத்தில் ஏறத்தாழ 8 கிலோமீட்டர் தொலைவில் உள்ளது. இரண்டாவது உலகமகாயுத்தத்தின் பொழுது இங்கிருந்த பாரிய திறந்தவெளிச் சிறைச்சாலையில் இருந்து(Camp de Drancy)பல யூதர்கள் வகைதொகையின்றி நாஸிகளினால்

ஓஸ்திரியாவில் இருந்த ஓஷ்விட்ஸ் (Auschwitz) சித்திரவதைக் கூடத்திற்கு புகையிரத வண்டிகளில் நாடு கடத்தப்பட்டார்கள். இது தொடர்பாக ஒரு திரைப்படமும் வெளியாகியது. இனி போ செவ்ரனுக்குள் நுழைவோம்.

இந்த நகரின் மத்தியில் நான்கு பனைகளை நான்கு திசையிலும் மேல் நோக்கி நிறுத்தி வைத்த மாதிரி ஒவ்வொரு ரவரிலும் எண்பது குடும்பங்களை உள்ளடக்கிய, இருபது மாடிகளையும் நான்கு மினிக்கிராமங்களையும் தன்னகத்தேகொண்ட அந்தத் தொடர்மாடிக் கட்டடத் தொகுதி பரந்து விரிந்திருந்தது. அதன் நடுப்பகுதியிலே மனிதர்களும் ஏன் நாங்களும் இளைப்பாறுவதற்கு ஏற்றால்போல சடைத்து மேல் நோக்கி உயர்ந்த பைன் மரங்களை எல்லைகளாகவும் அவற்றின் மத்தியிலே மனிதக்குழந்தைகள் விளையாடுவதற்கு குருமணல் பரப்பிய ஒரு பூங்காவும் இருந்தது. இந்தப் பூங்காவும் அதனைச்சுற்றியுள்ள சூழலும் காலையில் எம்மாலும் மாலையில் குழந்தைகளினாலும் அமைதியைத்தொலைக்கும். இந்த நான்கு ரவர்களில் ஒன்றான ‘சி’ரவரின் ஐந்தாவது மாடியில் 54-ஆவது இலக்கக் கதவில் இருக்கின்ற வீட்டின் அகன்று நீண்ட பல்கணியில் நான் எனது மனைவி மற்றும் எமக்குப்பிறந்த 10 மக்கள்களும், ஒரு வரவேற்பறை, சாப்பாட்டறை, நான்கு பரந்த அறைகள் மற்றும் அமெரிக்க பாணியில் அமைந்த பரந்த குசினியுடன் கூடிய வீட்டில், வீட்டின் சொந்தக்காரருமான சத்தியபாலன் மற்றும் நிலாமதி என்ற பெயர்களை வெள்ளைகளுக்காகச் சுருக்கிக்கொண்ட ‘சத்தியா’, ‘நிலா’ தம்பதிகளும் அவர்களது 3 பிள்ளைகளும் வசித்து வருகின்றோம்.

சத்தியா நிலா தம்பதிகளுக்கு முன்னரே பலவருடங்களாக இந்தத் தொடர்மாடிக் குடியிருப்பு எமது கட்டுப்பாட்டிலேயே இருந்து வந்திருக்கின்றது. அப்பொழுது இரண்டு ஆபிரிக்கர்களும் இரண்டு அல்ஜீரியர்கள் மற்றும் ஒரு மொரோக்கியர் என்று இந்த வீட்டின் தற்காலிக உரிமைப்பத்திரம் இடம்மாறி இடம்மாறி இப்பொழுது இவர்களின் கட்டுப்பாட்டில் வந்து நிற்கின்றது. புதிதாக இவர்கள் குடியிருக்க வந்ததால் எதிலும் நுணுக்கமான நிலாவின் மேற்பார்வையால் வீடு இரண்டுபட்டுக் கொண்டிருந்தது. வாடகை வீட்டிற்குக் குடிவந்தாலும் தங்களது விலாசத்தை மற்றவர்களுக்குக் காட்டுவதற்காக தங்கள் சக்திக்கு மீறி வீட்டிற்குத் தேவையான பொருட்களைத் தேடித்தேடி வாங்கி அலங்கரித்துக்கொண்டு இருந்தார்கள். இந்த இடத்தில் சத்தியாவையும் பற்றி சொல்லியாக வேண்டும். அவர் பெயருக்கேற்ப இரக்கம், நீதி என்று மிகவும் சாதுவான குணங்களை உடையவர். நிலா அதற்கு நேர்

எதிர்மாறானவள். நிலா சத்தியாவைவிட முன்னதாகவே பிரான்ஸ் வந்ததும் இதற்கு ஒரு காரணமாக இருக்கலாம். எல்லோரும் தங்களது மனைவியரைத் தாயகத்தில் தேடிப்பிடிக்க நிலாவோ அதற்கு நேர்மாறாக இருந்தாள். இதற்கு அவளது முறை மச்சானான சத்தியா அப்பொழுது தாயகத்தில் என்ஜினியராக வேலை செய்திருந்ததும் ஒரு முக்கியக் காரணமாயிற்று. நல்ல வேலையில் சத்தியா இருந்தாலும் வெளிநாட்டு ஆசை அவரை ஆட்டுவித்தது. அவர் நிலாவோடு சேர்ந்து வாழ்ந்து மூன்று பிள்ளைகளுக்குத் தந்தையானாலும் நிரந்தர வதிவிட உரிமை மட்டும் அவருக்கு எட்டியே நின்றது. ஏலவே சத்தியாவை நிலா முறைப்படி அழைப்பதற்குச் சட்டத்தில் இடமிருந்தாலும் அவரை விரைவில் பார்க்கவேண்டும் என்ற உந்துதலில் குறுக்குவழியில் பிரான்சுக்கு அழைத்ததும் அவரது நிரந்தர வதிவிட உரிமை எட்ட நிற்பதற்கு முக்கியக் காரணமாயிற்று.

இவர்கள் இங்கு குடிவந்து இரண்டாம் நாள் காலைவேளை ஒன்றில் சத்தியா மிஞ்சிப்போயிருந்த சோற்றை எமக்கு உணவாகத் தந்து கொண்டிருந்த பொழுதுதான் நிலாவுக்கும் சத்தியாவுக்குமான போர் முன்னெடுப்புகள் ஆரம்பமாயிற்று.

"இஞ்சை... புறாக்களை வீட்டுக்கை அடுக்காதையுங்கோ. புறா இருக்கிறது வீட்டுக்கு கூடாது. தரித்திரம். சொல்வழி கேட்டுப்பழகுங்கோ."

"அதுகளாலை உமக்கு என்ன பிரச்சனை? ஒருபக்கத்திலை இருந்து போட்டு போகட்டுமே. இவைக்கு சாப்பாடு குடுக்கிறதாலை நாங்கள் ஒண்டும் குறைஞ்சு போறேலை. இவையள் எல்லாம் ரெண்டு பக்கத்தாலையும் செத்துப்போன எங்கடை சொந்தக்காறர் எண்டு யோசியுமென்."

"இஞ்சை உந்த விழல் கதையள் கதைக்காதையுங்கோ. நான்தான் பல்கணியிலை புறாவின்ரை பீயள் அள்ளி கழுவிறது. உது நல்லதுக்கில்லை சொல்லி போட்டன்."

இருவரும் முரண்பட்டுக் கதைத்தாலும் எமக்குப் பாதகமாக ஏதும் நிகழவில்லை. இதற்குப் பிள்ளைகளும் சத்தியாவின் நிலைப்பாட்டிற்கு ஆதரவாக இருந்ததும் ஒரு காரணமாக இருந்தது.

ஒருநாள் பல்கணியில் எனது சகதர்மினி குறுகுறுத்துக்கொண்டே அரக்கி அரக்கி நடைபயின்று கொண்டிருந்தாள். எனக்கு அவளது நடைமொழி புரிந்துவிட்டது. இருவரும் இந்தத் தொடர்மாடிக்

குடியிருப்புக்கு முன்னே உள்ள பூங்காவில் இரண்டு கிழமைகளுக்கு முன்பு ஒரு செக்கல் பொழுதில் முயங்கியிருந்தது நினைவுக்கு வந்தது. அவள் முட்டை போடுவதற்காக அந்தரப்பட்டு சரியான இடம் தேடித் திரிந்து கொண்டிருந்தாள். நான் அவள் இருப்பதற்கு சுள்ளிகள் தேடிப்புறப்பட்டேன். நான் திரும்பியபொழுது பல்கணி பிள்ளைகளின் சத்தத்தால் இரண்டுபட்டது. சத்தியா பிள்ளைகளை அதட்டி அடக்கினார்.

“பிள்ளையள்.. அது முட்டை போட்டு அடைகாத்து குஞ்சு பொரிக்கப் போகுது. அதை நீங்கள் சத்தம் போட்டுக் குழப்பக் கூடாது. பேந்து அது வேறை இடத்துக்கு போயிடும்.”

இப்பொழுது சத்தியாவினதும் பிள்ளைகளதும் முக்கியமான பொழுதுபோக்கு எம்மைப் புதினம் பார்ப்பதே. இப்பொழுதெல்லாம் என்னவளால் முன்புபோல இருக்கமுடியவில்லை. அவளது பொழுதுகள் அதிகம் நாங்கள் தயாரித்திருந்த கூட்டிலேயே கழிந்தது. ஒரு கருக்கல் பொழுதொன்றில் அவள் மங்கிய வெள்ளை நிறத்தில் நான்கு முட்டைகளைப் போட்டிருந்தாள். அவளிடமிருந்து குறுகுறுப்புச் சத்தம் அதிகம் கேட்டுக்கொண்டிருந்தது. சத்தியாவும் தனது பங்குக்கு அரிசியும் சோறும் போட்டுக்கொண்டிருந்தார். இதனால் பல்கணி சில நாட்களிலேயே அசிங்கமானது. கூட்டைச்சுற்றி பீ கும்பியாக வளரத்தொடங்கியது. நிலா பத்திரகாளியானாள். பிள்ளைகள் தகப்பன் பக்கம் நின்றதால் அவளால் தாக்குப்பிடிக்க முடியவில்லை. நாட்கள் செல்லச்செல்ல என்னவளின் உடல்சூட்டால் முட்டைகளில் மாற்றங்கள் படிப்படியாக வரத்தொடங்கின. சிலநாட்கள் கழிந்ததும் அதிகாலைப் பொழுதொன்றில் குஞ்சுகளின் கிலுமுலு சத்தத்துடன் அந்தநாள் விடிந்தது. பிள்ளைகள் மகிழ்ச்சி வெள்ளத்தில் மிதந்தனர். அவர்களை அவைகளுக்கு கிட்ட செல்வதற்கு சத்தியா அனுமதிக்கவில்லை. குஞ்சுகள் மஞ்சள் நிறத்தில் கண்கள் திறக்காதும் சிறகுகள் முளைக்காதும் கிடந்தன.

மூன்று மாதங்களைக் கடந்த நிலையில் நாங்கள் இருந்த கட்டடத்திற்கும் சத்தியா குடும்பத்தாருக்கும் புனருத்தாரணம் என்ற பெயரில் வினையொன்று மையங்கொண்டது. குளிர் காலங்களில் ஏற்படுகின்ற மின்சாரக்கட்டணத்தை குறைக்கவும் குளிர் பல்கணிக்கு ஊடாக வீடுகளில் நுழைவதால் வீடுகளின் உட்பகுதியை சூடாக்குவதற்கு ஏற்படுகின்ற செலவுகளைக் குறைக்கவும் பல்கணியை மூடி இரட்டைக்கண்ணாடிகள் கொண்ட ஜன்னல்கள் பொருத்துவதற்கும் வெளிக்கட்டடத்தில் குளிரைத்

தாங்கும் விதத்தில் நுரைப்பஞ்சுகளை வைத்து கட்டடத்திற்கு வெண் சீமெந்தினால் பூசி அதன்மேல் வண்ணம் பூசுவதற்கும் கட்டட நிர்வாகம் முடிவெடுத்தது. அதன்படி எல்லோருக்கும் சுற்று நிருபம் அனுப்பபப்பட்டது. அதேவேளையில் வீட்டிற்குளே இன்னுமொரு வினை பிரஜாவுரிமை என்ற பெயரில் நிலாவிடம் வந்து சேர்ந்தது. நிலாவிற்கான பிரஜாவுரிமை விண்ணப்பம் தற்காலிகமாக நிறுத்தி வைக்கப்பட்டுள்ளதாக உள்துறை அமைச்சு கடிதம் அனுப்பி இருந்தது. கடிதத்தைப் பார்த்ததும் நிலா பத்திரகாளியானாள். பல்கணியில் வைத்து சத்தியா எங்களை ஆதரித்ததினாலேயே தனது விண்ணப்பம் பிற்போடப்பட்டது என்பது அவள் தரப்பு வாதம் என்பதுடன் நில்லாது ராசியில்லாத வீட்டில் இருக்க முடியாது வேறு இடத்தில் வீடு வாங்குவோம் என்று சத்தியாவிற்கு உருவேற்றினாள்.

புனருத்தாரண வேலைகளுக்கு நாள் குறித்து தளபாடங்களும் ஆளணிகளும் வந்து இறங்கத்தொடங்கின. பணியாளர்கள் கட்டடத்தைச்சுற்றி இரும்பினாலான சாரங்கள் கட்டினார்கள். அவர்கள் முதலில் கட்டடத்தின் வெளிச்சுவரில் இருந்த ஊத்தைகளை காற்றுடன் கூடிய தண்ணீரால் கழுவினார்கள். தண்ணீர் அடித்த வேகத்தில் தண்ணீருடன் ஊத்தைகள் எல்லாம் வழிந்தோடிக் கட்டடம் புதுப்பொலிவாக இருந்தது. பின்னர் வெளிச்சுவரில் நுரைப்பஞ்சை வைத்துக் ஒட்டிக்கொண்டு வந்தார்கள். நாங்கள் கட்டடத்தில் ஒவ்வொரு இடமாக ஒதுங்கிக்கொண்டோம். குஞ்சுகளும் ஓரளவு வளர்ந்து சிறகுகள் முளைத்துவிட்டன. மரகதப்பச்சை நிறத்திலும் சாம்பல் நிறத்திலும் வெள்ளை நிறத்திலும் என்று அவைகள் பலவர்ணங்களுடன் இருந்தன. நுரைப்பஞ்சு வைத்த கையுடன் அதன்மேல் வேகமாக வெண் சீமெந்தினால் பூசத்தொடங்கினார்கள். இதற்கிடையில் ஜன்னல்களுக்கு அளவு எடுப்பதற்காக இருவர் வந்து கட்டடத்தைப் பிரட்டிப் போட்டார்கள். நாட்கள் செல்லச்செல்ல எங்களுக்கான இடம் குறுகிக்கொண்டே வந்தது.

வெண் சீமெந்தினால் பூசப்பட்ட வெளிச்சுவர் வெள்ளையும் பச்சையும் கலந்த வர்ணத்தின் ஊடாக வெண்பச்சை நிறமாக மாறத்தொடங்கியது. எங்கள் இருப்புக்கு சாவுமணியடித்த அந்த நாளும் வந்து சேர்ந்தது. பார ஊர்திகளில் இரட்டைக்கண்ணாடிகள் பொருத்திய ஜன்னல்கள் வந்து இறங்கத்தொடங்கின. ரவர்களின் நடுவே இருந்த பைன் மரங்கள் வேருடன் புடுங்கப்பட்டு அந்த இடத்தில் புதியபாணியில் அமைக்கப்பட்ட மின்சாரக்கம்பங்கள் முளைத்தன. சிறுவர் பூங்கா இடிக்கப்பட்டு சமதளமாக்கி கற்கள் பதிக்கப்பட்டன. இடைக்கிடை புற்தரைகளும் பதிக்கப்பட்டன.

அந்த இடமே பழையவைகளைத் துலைத்து நவீனத்திற்கு மாறத்தொடங்கியது. ஜன்னல்களும் கட்டடத்தின் வெளிச்சுவரில் மேலிருந்து கீழாக அலங்கரித்துக்கொண்டு வரத்தொடங்கின. எமது பல்கணிக்கு ஜன்னல்கள் வந்தபொழுது நாங்கள் ஒவ்வொரு திசையில் எமது இலக்கற்ற பயணத்தை ஆரம்பித்தோம்.

ஒவ்வொரு நாளும் நிலா கொடுத்த மூளைச்சலவை சத்தியாவையும் ஆட்டப்பார்த்தது. அவளின் வாதமானது, புறாக்கள் இருந்த வீட்டில் தாங்கள் குடிவந்ததினால்தான் இவ்வளவு தொல்லைகளும் சகுனப்பிழைகளும் வந்தன என்றும் இந்த வீடே இராசியில்லாத வீடு என்பதாக அமைந்தது. நிலாவின் சொல் தட்டியறியாத சத்தியா இறுதியில் நிலாவின் சொல்லுக்குப் பணிய வேண்டியிருந்தது. அவர்கள் கையிருப்பில் இருந்த தொகையுடன் வங்கியில் வீட்டுக்கடன் எடுத்து பாரிஸ் பட்டணத்தில் இருந்து 143 கிலோ மீற்றர் தொலைவில் அமைந்திருந்த ஒர்லியன் (Orlean) நகரில், கட்டடத்தொகுதியில் அல்லாது 120 சதுர மீற்றர் பரப்பளவில் பரந்த வளவுடனும் 5 அறைகளுடனும் கூடிய தனி வீட்டிற்கு(Villa) குடி வந்து மாதங்கள் ஐந்தைத் தொலைத்து இருந்தனர்.

இந்த ஒர்லியன் நகரின் வரலாற்றைக் கொஞ்சம் திருப்பிப் பார்த்தோமானால் ஏறத்தாழ எமது சோகக்கதைகளை ஒத்ததாகவே இருக்கும். போரும் அதன் விளைச்சலும் இந்த நகரத்தை விட்டு வைக்கவில்லை. இந்த நகரில் புதிய கட்டடங்களைக் காண்பது அரிது. 20கள் அல்லது 30களின் கட்டடக்கலையையே இங்கு காண முடியும். இரண்டாவது உலகப்போரில் இந்த நகரம் பலமுறை தாக்கப்பட்டது. பல கட்டடங்களும் மக்களும் வகைதொகையின்றி ஜெர்மன் நாஸிகளால் வேட்டையாடப்பட்டதாக ஒரு கதையுண்டு. அத்துடன் வன்னிப்பெருநிலம் எப்படி சரத் பொன்சேகாவின் தலைமையிலான படையணிகளால் மீட்கப்பட்டதோ அவ்வாறே இந்த ஒர்லியன் நகரை நாஸிகளின் பிடியில் இருந்து மீட்டெடுத்த பெருமை ஜெனரல் பத்தோன்(general Patton) தலைமையிலான படையணியையே சார்ந்ததாக வரலாற்றுக்குறிப்பேடுகள் சொல்கின்றன.

சத்தியா, நிலா, பிள்ளைகளுக்குப் புதிய இடம், மனிதர்கள் என்று அவர்கள் அந்த நகரத்துடன் ஒட்டுவதற்கு சிரமப்பட்டுக்கொண்டிருந்தனர். பிள்ளைகளுக்கு ஓரளவு நண்பர்கள் சேரத்தொடங்கினார்கள். ஒர்லியன் நகர் கிராமத்து பாணியில் அமைந்து இரவு எட்டு மணியுடன் அடங்கியதுடன் அல்லாது அதிக

அமைதியைக் கொடுத்தது சத்தியாவிற்கு அதிக மகிழ்ச்சியைக் கொடுக்கவில்லை.

ஒருநாள் அதிகாலைப்பொழுதொன்றில் வீட்டின் முன்பக்கத்தில் நின்றிருந்த பூக்கண்டுகளுக்குத் தண்ணீர் விடுவதற்கு வெளியே வந்த நிலாவின் வாய் தன்னையறியாது,

"இஞ்சரப்பா... ஒருக்கால் இங்கை வாங்கோப்பா" என்று ஆச்சரியத்தில் சத்தியாவை அழைத்தது.

வீட்டு கேற்றடியில் மரகதப்பச்சை நிறத்தில் இருந்த நான் தலையை ஒருபக்கத்தில் சாய்த்தவாறே குறுகுறுத்துக்கொண்டேயிருந்தேன்.

o o o

முரண்

2010

'ஹோப்பித்தால் ட்ருசோ'-வின் பிரதான வாயிலில் இருந்து உள்ளே செல்லும் நீண்ட சாலையில் காலைப்பனி மூடியிருந்தது. அதன் இருமருங்கிலும் நின்றிருந்த பைன் மரங்கள் இலைகளைத்துறந்து துக்கம் கொண்டாடிக்கொண்டு இருந்தன. அதன் கிளைகளில் இருந்த மொக்குகளில் பனி உறைந்து காலை வெளிச்சத்தில் பளபளத்தது. இருபக்கமும் பனிச்சொரியல் மூடியிருக்க நடுவே வீதி சுத்தமாக்கப்பட்டு கருஞ்சாரையாய் நீண்டு சென்றது. ஆங்காங்கே பனியில் சறுக்காமல் இருக்க உப்புத்தூவப்பட்டிருந்தது. 'இந்த மரங்களே இப்படித்தான் வசந்தகாலத்தில் இலைகளால் நிறைந்து அத்தனை பறவைகளையும் தமக்குள் வைத்துக்கொண்டு ஒரேயடியாக சந்தோஷத்தைக் கொண்டாடுவதும் பின்னர் குளிர் வந்தவுடன் இருந்த இலைகளையும் பறவைகளையும் பறிகொடுத்து விட்டு துக்கத்திலேயே மூழ்கிக் கிடப்பதும் முகுந்தனுக்குச் சகிக்க முடியாது இருந்தது. இவைகளுக்கு சந்தோசத்தையும் துக்கத்தையும் ஒரே கோட்டில் பார்க்கத்தெரியாதா?' என்று அவனது மனம் தத்துவ விசாரத்தில் இறங்கியது. மிருதுளா மிகவும் சோர்வாக அவனது தோளில் சாய்ந்துகொண்டு நடந்து வந்து கொண்டிருந்தாள். சற்றுமுன்னரே அவளுக்கு மயக்கநிலையில் செயற்கை முறையில் கருக்கட்டப்பட்ட அவளது கருமுட்டை கருப்பையில் வைக்கப்பட்டிருந்தது. டொக்ரர் லு கென் எதுவும் முற்றாக சொல்லாத நிலையில் அவனது

மனமோ இலைகளை உதிர்த்த பைன் மரம்போல இருந்தது. இந்த சந்தர்ப்பம் அரசாங்கம் அவர்களுக்குத் தந்திருந்த மூன்றாவது இலவச சலுகை.

★★★

2016

முகுந்தனும் மிருதுளாவும் திருமணம் செய்து ஐந்து வருடங்களைக் கடந்திருந்தாலும் அவர்களுக்கிடையிலான உறவுநிலைகளில் இடைவெளிகள் இல்லாது இறுக்கமாகவே இருந்தன. திருமண வாழ்க்கையை அவர்கள் ஒரு விபத்தாகக் கருதாது மனமொன்றிய இலட்சியத் தம்பதிகளாவும் மற்றையவர்கள் பார்த்துப் பொறாமைப்படுவதாக அமைத்துக்கொண்டிருந்தாலும் அவர்களுக்குள்ளே எங்காவது ஒரு மூலையில் வெளியே சொல்லமுடியாத விடயமொன்று எப்பொழுதும் குறுகுறுத்துக் கொண்டியிருக்கும் போலத்தான் தெரிகின்றது. “பரம்பரையைப் பேணல்” என்ற விடயம் முகுந்தனது மனதை அலைக்கழித்துக் கொண்டிருந்தது. ஒருநாள் அவர்கள் டொக்ரர் லு கென்-இடம் பரிசோதனைகளுக்காக வந்திருந்தார்கள். அன்றைய திகதியில் அவரே பாரிஸில் பல உயிர்களை உருவாக்குகின்ற பிரம்மாவாக இருந்தார். மெடிக்கல் செக்அப் ரிப்போர்ட் ‘முகுந்தனுக்கு உயிரணுக்களில் போதிய பலம் இல்லை’ என்று கருப்புக்கொடி காட்டியது. அவன் மனத்தால் மிகவும் உடைந்துவிட்டான். குற்ற உணர்வுகள் அவனைப் பலவிதங்களில் அலைக்கழித்தன. ஆனால், மிருதுளாவோ முகுந்தனுக்கு இப்படியான தாழ்வுச்சிக்கல் இருப்பதை அறவே வெறுத்தாள். இருக்கும்வரை ஆண்டு அனுபவித்து வாழ்க்கையை சுவைப்போம் என்பது அவளது நிலைப்பாடு. இறுதியாக டொக்ரர் லு கென் காட்டிய வழியில் செல்வதாக அவர்கள் முடிவு செய்தார்கள். தன்னுடைய இணை சந்தோசமாக இருக்கவேண்டும் என்பதற்காகவே மிருதுளா மருந்துகளின் தாக்கத்தினால் தன்னை உருக்கிக்கொண்டிருந்தாள். ஆனாலும் அவர்கள் என்னதான் தலைகீழாக நின்றாலும் அவர்களது பிறப்பின் ரகசியத்தில் ஏலவே பதியப்பட்டிருந்த ப்ரோக்கிராம்களே வெற்றி கண்டன. அவர்களுக்கு ஒரு பரம்பரை உருவாகுவதற்கு வாய்ப்பே இல்லை என்று டொக்ரர் லு கென் உறுதியாகவே சொல்லி விட்டார்.

2017 ஜனவரி

மிருதுளா சந்தோசமாகவே வீட்டில் வளைய வந்து கொண்டிருந்தாள். முகுந்தனுக்கு இந்த நிகழ்ச்சி நிரலில் இருந்து மீள நீண்ட காலம்

தேவைப்பட்டது. மிருதுளாவின் மனதில் என்ன இருக்கின்றது என்பதை அவனால் கண்டுபிடிக்க முடியாது இருந்தது. மொத்தத்தில் அவன் அவளிற்கு நடித்து கொண்டிருந்தான். அவனது பொய்யான நடப்புகளும் அவனிற்கு உடன்பாடில்லாமல் இருந்தன. சிலவேளைகளில் இந்த எல்லாவிதமான பொய்களுமே ஒரு தற்காலிகமான மகிழ்வையும் தப்பித்தலையும் ஏற்படுத்துகிறதோ என்ற ஐயப்பாடும் அவன் மனதில் அவ்வப்பொழுது எழுந்ததுண்டு. அதேவேளையில் பொய் என்ற ஒன்று இல்லாதிருந்தால் இந்த வாழ்வும் சுவாரஸ்யம் இன்றிப் போகுமல்லவா? என்று அவனது மனம் அவனைச் சமாதானப்படுத்துவதும் உண்டு? நாளாக நாளாக அவன் ஆமையைப்போல் தன்னுள் சுருங்கிக்கொண்டான். மிருதுளாவுடன் மட்டுமே உற்ற தோழனாக இருந்தான். ஆனால், அதுவும் அவனுக்குத்தெரிந்து நடிப்பாகவே இருந்தது.

★★★

தகிக்கும் பாலைவனத்தில் அடங்காத் தாகத்துடன் சென்றுகொண்டிருந்த பாலைவனப்பயணிக்கு நீர்ச்சுனை ஒன்று தட்டுப்பட்டாற்போல 'ஒரு பிள்ளையை தத்து எடுத்து வளர்த்தால் என்ன?' என்று முகுந்தனுக்கு ஒரு யோசனை உதித்தது. நினைப்புடன் நின்றுவிடாது அது தொடர்பான தகவல்களை எடுக்கத்தொடங்கினான். ஒரு பிள்ளையை எப்படி எப்படியெல்லாம் வளர்க்க வேண்டும் என்று அவனுக்குள்ளேயே கற்பனைகளை வளர்த்தான். அவனது மனதில் மீண்டும் ஒரு புதிய உற்சாகம் பிறந்தது. ஒருநாள் மிருதுளாவிடம் சந்தோசமான தருணமொன்றில்,

"ஒன்று சொன்னால் கோவிக்க மாட்டீரே?"

"இல்லை சொல்லுங்கோ."

"எங்களுக்கு பிள்ளை விசயத்திலை எல்லா வழியும் அடைச்சு போட்டுது. நாங்கள் ஒரு பிள்ளையை தத்து எடுத்து வளத்தால் என்ன?"

"உங்களுக்கு என்ன நடந்தது? நாங்கள் சந்தோசமாய் தானே இருக்கிறம்? ஊருலகத்திலை எல்லாம் நடக்கிறதுகள் பாக்கிறியள் தானே? பெத்ததுகளே தாய் தேப்பன்ரை சொல்வழி கேளாமல் தலைகீழாய் நடக்குதுகள். இதுக்குள்ளை எடுத்து வளக்கிறது சரியாய் இருக்குமே? எல்லாம் எழுத்துப்படிதான் நடக்கும். எனக்கு உதிலை துண்டாய் விருப்பமில்லை."

“இல்லை மிருதுளா சொல்லுறதை கொஞ்சம் கேளும். இப்ப எங்களுக்கு வயசு இருக்கேக்கை இதுகள் தெரியாது. வயசு போகப்போக இதுவே பெரிய பிரச்சனையாய் இருக்கும். எங்களுக்கும் எங்கடை வாழ்க்கையிலை ஒரு பிடிப்பு வேணுமெல்லோ?”

“உங்களிலை பிழையை வைச்சுகொண்டு ஏன் என்னை அரையண்டப்படுத்துறியள்?”

அமிலமாக அவள் வாயில் இருந்து வார்த்தைகள் வந்து விழுந்தன.

“உம்மட்டை இருந்து நான் இப்பிடி ஒரு கதையை எதிர்பார்க்கேலை.”

“இல்லை. சொறி. நான் வேணுமெண்டு சொல்லேலை. இந்த கதையை திருப்பவும் எடுக்க வேண்டாம்.”

“இல்லை கொஞ்சம் யோசியும் மிருதுளா. சண்டையிலை எவ்வளவு குழந்தையள் அப்பா அம்மா இல்லாமல் ஹோமிலை இருக்குதுகள். அதிலை ஒண்டை எடுத்துவளப்பம். எங்களுக்கு புண்ணியமாய் போம்.”

“உங்களுக்கு என்ன நடந்தது...?”

என்று அழுதவாறே அறைக்குள் சென்றுவிட்டாள் மிருதுளா.

★★★

மிருதுளாவின் மனசு வலித்தது. ஒரு பெண்ணாகப் பிறந்தது அவளது பாவமா என்ன? அவளால் அழுகையைக் கட்டுப்படுத்தவில்லை.

“கலியாணம் கட்டின நாளையிலை இருந்து இண்டு மட்டும் இவருக்கு நான் என்ன குறை வைச்சன்? இவ்வளவு காலமும் பிள்ளையில்லை எண்ட குறை அவருக்குத் தெரியக்கூடாது எண்டு அவரை எந்தளவுக்கு சந்தோசப்படுத்தேலுமோ அந்தளவுக்கு சந்தோசப்படுத்தினனே? என்னைப் பாத்து இப்பிடி சொல்ல அவருக்கு எப்பிடி மனம் வந்துது? இவருக்காகத்தானே மூண்டுதரம் எல்லா சித்திரவதையளையும் தங்கினன். ரெஸ்ட்ரியூப்பேபியை பற்றி இவருக்கு என்ன தெரியும்? ஒருக்கால் சுகமில்லாமல் வந்தாலே எனக்கு வயிறு எவ்வளவு நோகுமெண்டு இவருக்கு தெரியுமே? அனுபவிச்சிருந்தால்தானே இதுகளெல்லாம் தெரியவரும். அதோடை இப்ப எடுத்த மருந்துகளால எத்தினை முட்டையள்

வந்திருக்கும்? இனி மருந்துகளின்ரை சைட் இஃபெக்ட்ஸ்... இதெல்லாம் எங்கை இவருக்கு விளங்கப் போகுது? என்னை மட்டும் சிம்பிளாய் பிழை சொல்ல எப்பிடி மனம் வந்திது? இது முதல்லை தெரிஞ்சிருந்தால் இந்த கலியாணத்துக்கு ஓம் சொல்லியிருக்க மாட்டனே? அம்மா அப்பா சரியாய்தானே விசாரிச்சு இருப்பினம்? இல்லாட்டில் அவையை ஏய்க்காட்டி போட்டினமோ? சிலநேரம் இதைச் சாட்டாய் வைச்சு என்னை டிவோர்ஸ் எடுக்க போறாரோ? நோ... அப்படி செய்யிற ஆள் அவர் இல்லை. அவரும் பாவம் என்ன செய்வார்? எனக்கு மட்டும் பிள்ளை வேணுமெண்டு ஆசை இல்லையே? ஆனா என்னிலைதான் பிழை எண்ட மாதிரி கதைச்சதுதான் என்னாலை தாங்கேலாமல் கிடக்கே..."

என்று பலவாறாக அவள் மருகினாள். அவளது கண்கள் அழுது அழுது களைத்துப்போய் ஒருகட்டத்தில் அவள் நித்திரையாகி விட்டாள்.

★★★

முரண் 01

இந்த இடத்தில் முகுந்தன் தனது கடந்த காலத்தையும் சொல்லியாக வேண்டும். அவனது சிறுவயதில் ஐந்து வயது கூடிய மச்சான் முறையானவன் ஒருவன் அவனுக்கு எல்லாவகையிலும் மிகவும் நெருக்கமாக இருந்தான். அவன் ஒரு பிஞ்சிலே பழுத்த பிரகிருதி. அவர்களுக்குள் தெரியாத ரகசியங்கள் என்று எதுவும் இருந்ததில்லை. அவனே முகுந்தனுக்குப் பல செக்ஸ் கதைகள் சொல்லி முதல் முறையாக சுயஇன்பம் மூலம் அவனது விந்தை வெளியேற்றிய வாத்தியார். மிகுந்த வலியுடன் தடிப்பாகப் போன விந்தைப் பார்த்து முகுந்தன் உண்மையிலேயே பயந்து விட்டான். ஆனால், அவன் பல கதைகளைச் சொல்லி முகுந்தனை உருவேற்றினான். அதன் பின்னர் அவன் முகுந்தனுடன் தொடுகைகள் முத்தங்கள் என்று வளர்ந்து முயங்கல் வரை முகுந்தனை அவனது கட்டுக்குள் கொண்டு வந்தான். ஒருமுறை அயலவர் ஒருவர் அவர்கள் வயல்வெளியில் இருந்த பற்றைக்குள் பிணைந்து கொண்டிருப்பதைப் பார்த்துவிட்டு முகுந்தனது அப்பாவுக்குப் போட்டு கொடுக்க அப்பா அடித்த அடியில் உயிர் போய் வந்தது. அவர் அடித்ததுடன் நிற்காது ஓர் உற்ற தோழனாகப் பல புத்திமதிகள் சொல்லியதால் மச்சானை மறந்து படிப்புகளில் கவனத்தை முகுந்தன் செலுத்தினான். ஆனால், இந்த நிகழ்வானது அவனது ஆழ்மனதில் மறக்க முடியாத ஒரு நிகழ்வாகக் குந்திக்கொண்டிருந்தது.

முகுந்தன் இங்கு வந்ததின் பின்னரும் அவனது நண்பர்கள் தங்களது ஆண்மையைப் பரிசோதிக்கும் இடங்களான “றியூ செயின்ட் டெனியோ” இல்லை ஹொலெண்டில் இருக்கும் “டென்ஹா” - வோ அவனை ஈர்க்கவில்லை. செக்ஸ் என்றாலே முகுந்தனுக்கு ஒருவிதமான அலர்ஜியைக் கொண்டுவந்தது. இந்த நிலையில் தான் அவன் அம்மா அப்பாவின் ஏற்பாட்டில் மிருதுளாவைக் கைப்பிடிக்க வேண்டி இருந்தது. மிருதுளாவை முகுந்தன் கலியாணம் செய்தவுடன் அவனது வாழ்வில் பல திருப்பங்களும் வந்து ஒட்டிக்கொண்டன. அவளை ஓர் உற்ற தோழியாகவே அவன் பார்த்து வந்தான். அவளுடனான முயங்கல்களையும் அவன் ஒரு கடமைக்காகவே செய்து வந்தான். முகுந்தன் அவளுடன் முயங்கும் பொழுது அவனது மச்சான் உடனான சிறுவயது பிணையல்களே நினைவில் வந்து தொலைத்தன.

ஆனால், முகுந்தனை முற்று முழுதாக நம்பி வந்த அவளின் அழுகையும் பிள்ளை விடயத்தில் சொல்கேளாத அவளின் பிடிவாதக்குணமும் அவனை மிகவும் துயர் கொள்ளச்செய்தது. ஆனால், முகுந்தனும் சாதாரண ஆசாபாசங்களுடன் உருவாக்கப்பட்ட உயிரிதானே? அவனுக்கொரு வம்சம் வேண்டுமென்று எதிர்பார்ப்பது பிழையா? அவனுடைய கொள்ளுத்தாத்தா போட்ட விதையின் விருட்சம் இன்று பல கிளைகளைப் பரப்பி நிமிர்ந்து நிற்கின்றது. அதில் இருக்கும் ஒரு கிளையாகிய அவன் மட்டும் கருகிப்போவதா? எது எப்படியோ இந்த விடயத்தில் மிருதுளாவைத் தொடர்ந்தும் வற்புறுத்துவதில்லை என்றே முகுந்தன் முடிவு செய்தான். இப்பொழுதெல்லாம் அவர்களுக்கிடையே உடல்ரீதியான தொடுகையே நின்று விட்டது. முகுந்தன் ஒருமுறை அவனுடன் வேலைசெய்கின்ற கொலீக்-உடன் இதுவிடயமாகப் பேசும் பொழுது, அவனது உடல் ஆசையைத் தெரிந்துகொண்டு அவன் வேறுபக்கமாக அவனை நகர்த்தி விட்டான். முகுந்தனது ஆழ்மனதில் உறைநிலையில் இருந்த குரங்கு மீண்டும் கொப்புக்குக் கொப்பு தாவியது.

ஆசை என்பது எப்பொழுதுமே எங்களை ஆட்டிப் படைக்கிறது. அதற்குப் பால் பேதம் ஒரு பொருட்டல்ல. ஒரு விடயத்தில் ஆசை வைத்து அது உடனே கிடைத்து விட்டால் பிரச்சினை இல்லை. ஆனால், ஆசைப்பட்டது கிடைக்காது என்றாலுமே பிரச்சினை இருக்காது. இந்த கிடைக்கும், கிடைக்காது என்ற திரிசங்கு நிலை வரும்பொழுதுதான் அது ஒரு பெரிய பிரச்சனையாக எமக்குத் தெரிகின்றது. இந்த ஆசையானது ஒரு கட்டத்தில் தீவிரமடைந்து பின் வெறியாக ஆவேசநிலைக்குள் கொண்டு வந்துவிடும். பயம்

ஒரு பக்கமும், வெறி ஒரு பக்கமும் என்று இரண்டு பக்கமுமாகப் பிசையப் பிசையக் எம்மில் குழப்பம் உண்டாகும். மனதில் எவ்வளவுதான் தைரியம் இருந்தாலும் எமது புத்தி தடுமாறிவிடும். இடம் பார்த்து முகுந்தனது கொலீக் அவனை நன்றாகவே குழப்பி விட்டான். அதில் முகுந்தன் வசமாகவே மாட்டிவிட்டான். அவனால் அதிலிருந்து மீளவே முடியவில்லை. காலப்போக்கில் அவன் அதில் பைத்தியமாகவே இருந்தான்.

★★★

2017 நவம்பர்-முரண் 02

கால ஓட்டம் மிருதுளாவின் கவலைகளுக்கு ஒத்தடம் கொடுத்தது. அவளும் இயல்பாக இருந்தாலும் அவளது மனதின் மூலையில் சோகம் ஒன்று ஊடறுத்துப் பாய்ந்து வலியைத் தந்துகொண்டிருந்தது. அன்று மிருதுளா இரண்டு கிழமையாக வருடாந்த விடுமுறையில் வீட்டில் நின்றாலும் அன்று வழமையாக எழும்பும் நேரத்திற்கே எழுந்துவிட்டாள். காலை கோப்பியைத் தயாரித்துக்கொண்டிருக்கும் பொழுது, கடந்த சில மாதங்களாக இருவருக்கும் பொதுவான வங்கிக்கணக்கில் இனந்தெரியாத வகையில் 200 யூரோக்கள் முகுந்தனது கிரெடிட் கார்ட்- ஆல் எடுக்கப்படுவது நினைவுக்கு வரவே போட்ட கோப்பியை எடுத்துக்கொண்டு வந்து செற்றியில் இருந்தவாறே மிருதுளா தனது மடிக்கணனியை விரைவாக இயக்கி அவர்கள்களது வங்கிக்கணக்கில் புகுந்தாள். இந்த மாதமும் 200 யூரோ அவனது கிரெடிட் கார்ட் விழுங்கியிருந்தது. ஆனால், அதில் இருந்த விபரம் சரியாக மிருதுளாவிற்கு விளங்கவில்லை. அதைப் பிரதி பண்ணி கூகிளில் பதிந்து தேடினால், "கே"க்கள் கூடும் ஒரு கிளப்பாக அது இருந்தது. மிருதுளாவால் அவளது கண்களை நம்ப முடியவில்லை. தனது பிறந்தநாளும் அதுவுமாக தனக்குக் கிடைத்த பிறந்தநாள் பரிசை கணனியின் ஊடாக வைத்த கண் வாங்காது வெறித்துப்பார்த்துக் கொண்டிருந்தாள். இவ்வளவு ஒரு பெரிய விடையத்தை முகுந்தன் தனக்கு மறைத்து நம்பிக்கை துரோகம் செய்ததை அவளால் ஜீரணிக்க முடியவில்லை. பின்னர் ஒரு முடிவுக்கு வந்தவளாக கணனியை அப்படியே திறந்து வைத்துவிட்டு அவசரமவசரமாக தனது ஷுட்கேசில் அகப்பட்ட உடுப்புகளை திணித்துக்கொண்டு தனது பாஸ்போர்ட்டையும் எடுத்துக்கொண்டு சார்ள்ஸ் டு கோல் விமானநிலையம் நோக்கி விரைந்தாள்.

★★★

இரண்டு கிழமை வருடாந்த லீவில் மிருதுளா வீட்டில் இருப்பதுடன் இன்று மிருதுளாவின் பிறந்தநாளுமாகையால் முகுந்தன் அவளை சந்தோசமாக ஒரு றெஸ்ரோரண்ட்-க்குக் கூட்டிக்கொண்டு போகவேண்டும் என்று மனதில் எண்ணியவாறே வேலையால் வரும் வழியில் ஒரு பொக்கேயும் கேக்கும் வாங்கிக்கொண்டு வீட்டிற்கு வந்தான். ஆனால், அன்று அதிசயமாக வீட்டுக் கதவு பூட்டியிருந்தது. அவனது கதவு திறப்பால் திறந்துகொண்டே மிருதுளாவை அழைத்தவாறே உள்ளே நுழைந்தான். வீடு வழக்கத்திற்கு மாறாக அமைதியாக இருந்தது. எந்த அறையிலும் மிருதுளாவைக் காணக்கிடைக்கவில்லை. முகுந்தன் அவளை வீடெங்கும் தேடி ஹோலிற்குள் வந்தபொழுது அங்கிருந்த செற்றியின் முன்னால் இருந்த சிறிய மேசையில் அவளது மடிக்கணனி அணைக்கப்படாமல் இருந்தது. அதில் இரண்டு ஜன்னல்கள் குறுக்கப்பட்டு ஒன்றாக இருந்தன. ஒன்றில் அந்த மாதத்து கிரெடிட் கார்ட் கொடுப்பனவு விபரங்களும் மற்றயதில் முகுந்தன் சென்று வரும் கே கிளப் முகவரியும் இருந்தன.

- எதுவரை, 2018

○ ○ ○

தகனம்

கட்டியங்கூறல்

மயானம், இடுகாடு, சுடலை என்று எனக்குப் பலபெயர்கள் இந்த மனிதர்களால் வழங்கப்பட்டு வந்திருக்கின்றன. என்னைப்பற்றிய அறிமுகம் அரிச்சந்திரன் காலத்தில் உச்சத்துக்குப் போனதாகப் புராணக்கதைகள் உண்டு. இப்பொழுது இளசுகளால் "சிமெட்றி" என்று நாகரிகமாக அழைக்கப்படுகின்றேன். புலப்பெயர் வாழ்வில் எம்மவர்கள் எனக்குப்பயப்பிடா விட்டாலும் தாயகத்தில் எனது பெயரைக்கேட்டாலே சிறுசுகள் தலைதெறிக்க ஓடுவார்கள். ஆனால், நான் இருக்கின்ற இடங்களைப்பொறுத்து இந்தப் பயங்கள் வருவது தவிர்க்க முடியாதுதான். அப்பொழுதெல்லாம் ஊருக்கு ஒதுக்குப்புறத்தில் மனித சஞ்சாரமற்ற பொட்டல் வெளியில் நிழலுக்கு ஐந்தாறு பூவரசு மரங்களுடன் எனது இருப்பு இருக்கும். அநேகமாக கைவிடப்பட்ட ஊர் நாய்களும் நரிகளுமே எனது நிரந்தர நண்பர்கள். சிறிசுகளுக்கான இந்தப்பயமானது, அந்தந்த ஊரில் இருக்கின்ற பெரிசுகள் தங்கள் திரைமறைவு வேலைகளுக்காக இட்டுக்கட்டிய பேய் கதைகள் மற்றும் உடலங்கள் எரிப்பது தொடர்பான அதீதமான கற்பனைக்கதைகளாலும் வந்திருக்கலாம். எனது இடத்துக்கு உடலங்கள் வருவதற்கே ஒரு பெரும் நிகழ்சிநிரல் இருக்கும். உடலங்கள் வருவதற்கு முன்பாக உடலங்களின் பவிசுகளைப் பொறுத்து சாவு விழுந்த இடத்தில் இருந்து வந்து ஒரு நல்ல இடமாகப் பார்த்து மரக்குற்றிகளை அடுக்குவர். சிலவேளைகளில் சந்தன மரக்குற்றிகளும் வந்ததுண்டு. சிலவேளைகளில்

தகுதிகளுக்கு ஏற்றவாறு உடலங்கள் நடைபவனியிலும் கார்களிலும் பறைமேளங்கள் பாண்ட் இசைகளுடன் வரும். அன்று பார்த்து குடிமக்கள் உள்ளே இறங்கிய கள்ளு அல்லது சாராயத்தினால் உடலமாகியவரைப்பற்றி உணர்ச்சிப்பெருக்காய் இருப்பார்கள். வாழும் பொழுது அவரைக் கரித்துக் கொட்டியவர்கள் அன்று பார்த்து தொடர்ந்து அழுவதற்கு சக்தியில்லாமல் உடலத்தை சுற்றி நிற்பார்கள். உடலத்தை அடுக்கிய குற்றியில் வைத்து நெஞ்சாங்கட்டையையும் வைத்துவிட்டுக் கொள்ளி வைப்பவர் உடலத்தைப் பாராது மூன்று முறை கொள்ளிக்குடத்துடன் சுற்றிவந்து தலைப்பக்கமாகக் கொள்ளி வைத்துவிட்டு வந்தவர்களுடன் மெதுமெதுவாகக் கலைந்த பின்னர் எரியும் உடலத்துடன் நான் தனியனாகிப் போய்விடுவேன். சிலவேளைகளில் மழைவந்து உடலம் சரியாக எரியாது போய்விட்டால் எனது நண்பர்களான நாய்களுக்கும் நரிகளுக்கும் அன்று ஜாக்பொட் அடித்த மாதிரித்தான் இருக்கும். உடலம் எரியும்பொழுது வரும் தீய்ந்த மணமும் எலும்புகள் வெடிக்கும் சத்தமும்தான் என்னைச் சுற்றி இருக்கின்ற சங்கீத ஒலிகளாக இருக்கும்.

காண்டம் 01

கால மாற்றத்தினால் எனக்குக் கிட்டவாக ஏலவே இருந்த சூராவத்தையும் போரினால் பாதிக்கப்பட்ட இடம்பெயர்ந்த மக்களது குடியிருப்புமான பாரதிபுரமும் வந்துவிட்டன. பாரதிபுரத்து சனங்கள் கள்ளிறக்குவதையும் மீன் பிடிப்பதையும் தொழிலாகக் கொண்டவர்கள். மனதில் மாசுகளைக் கலக்காத கடும் உழைப்பாளிகள். இவர்களுக்கு நேர் எதிராக சூராவத்தையார் இருந்தார்கள். இவர்களது வருகையின் பின்னர் சூராவத்தையாருக்கும் பாரதிபுரத்தினருக்கும் சனியன் பொங்கியதாக ஓர் இடைக்கதை உலா வந்தது. என்னிடம் எரிய வந்த சூராவத்தையாருடன் பாரதிபுரத்தாரும் சேர்ந்து கொண்டனர். இந்தக்காண்டத்தின் முதலாம் பகுதிக்குரிய மையப்புள்ளி இங்கேதான் சூல் கொண்டது.

★ ★ ★

ஓலைக்கொட்டிலின் தாழ்வாரத்தில் இருந்துகொண்டே அன்று பெய்த மழையின் ஈரலிப்பையும் புழுதி வாசத்தையும் ஒரே சேர சுருட்டு புகையின் உதவியுடன் லயித்துக்கொண்டிருந்த சின்னானின் மூக்கை என்னில் இருந்து எரிந்து கொண்டிருந்த விநாசித்தம்பியின் நாற்றம் இடைஞ்சல் செய்துகொண்டிருந்தது. மழை பெய்த ஈரலிப்பினால் கொழுந்துவிட்டு எரிய வேண்டிய

விநாசித்தம்பியர் புலுண்டி எரிய நாற்றம் இன்னும் அதிகமானது. அன்று பார்த்து எனது நண்பர்களுக்கு கொண்டாட்டமாகப் போய் விட்டது. அவர்கள் வாய்க்குக் கிடைத்த விநாசித்தம்பியரின் பாகங்களை கௌவிக்கொன்று திசைக்கொருவர்களாகப் போயினர். அதில் ஒரு நண்பன் சின்னானின் ஓலைக்கொட்டில் படலையடியில் குந்தியிருந்து புசித்துக்கொண்டிருந்தான். இதனை விளையாடிக்கொண்டிருந்த சின்னானின் ஒன்பது வயதுக்குழந்தை பார்த்துவிட்டு பயத்தால் வீரிட்டுக் கத்தியது. தாயார் என்ன சமாதானம் செய்தாலும் குழந்தையின் பயம் தெளியவில்லை. இந்த நிகழ்வு சின்னானை கொதிநிலைக்குத் தள்ளியது. விறுவிறுவென்று இரண்டு பகுதிக்கும் பொறுப்பான விதானையாருக்கு என்னைப்பற்றி ஒரு பெட்டிசம் எழுதத்தொடங்கினான்.

விடுநர்

சின்னான்

பாரதிபுரம்

05/10/2017

பெறுநர்

கிராம சேவையாளர்

வலி கிழக்கு

ஐயா,

இரண்டு பகுதிக்கும் பொதுவான இந்த சிமெட்றியால் எப்பொழுதுமே பிரச்சனையாக இருக்கின்றது. சனங்கள் கூடியதால் எப்பொழுதும் எரிந்து கொண்டிருக்கும் உடலங்களின் பாகங்கள் வடிவாக எரியாது மிருகங்களினால் இழுத்துச் செல்லப்பட்டு சனங்களின் குடியிருப்புகளின் முன்னால் கிடக்கின்றன. சிறுவர்கள் பயப்பிடுகின்றார்கள். சூழல் மாசடைகின்றது. இதனால் பல இறப்புகள் நாளாந்தம் நடக்கின்றன. எனவே, இந்த சிமெட்றியை ஒதுக்குப்புறமான இடத்துக்கு மாற்ற நடவடிக்கை எடுக்குமாறு வேண்டுகின்றேன்.

தங்கள் உண்மையுள்ள

சின்னான்–பாரதிபுரம்.

★★★

காண்டம் 02

நடுஇரவில் வீடு திரும்பி அதிகாலை சிவந்த கண்களுடன் ஓர் அவசர சத்திரசிகிச்சைக்காக வந்த டொக்ரர் கிருபாவை கொரிடோரில் வழிமறித்த நேர்ஸ் சியாமளா,

"டொக்ரர் இண்டைக்கு வந்த போஸ்மோர்ட்டம் ரிப்போர்ட் பாத்து சைன் பண்ணவேணும். முந்தநாள் வந்த ஐஞ்சு ரிப்போர்ட்டும் நீங்கள் என்னம் முடிக்கேலை."

கிருபாவின் மனதில் கோபம் பொங்கி எழுந்தாலும் அந்த அதிகாலையிலேயே அழகாக முகம் திருத்திப் புத்துணர்வு கலையாத சிரித்த கண்களுடன் தனக்கு கோப்பியைத்தந்தவாறு அவன் செய்ய வேண்டிய கடமைகளை நினைவூட்டிய சியாமளாவை அவனுக்கு கோபிக்கத் தோன்றவில்லை.

"சரி நான் ஒப்பிரேசனை முடிச்சு போட்டு வாறன். அந்த பைல்களை ஒருக்கால் மேசைக்கு கொண்டுவாங்கோ பாப்பம். இண்டைக்கு ஆர் எங்கை செத்தது?"

"சூராவத்தையிலை இருக்கிற விநாசித்தம்பி என்றொருவர் டொக்ரர்."

சத்திரசிகிச்சையை முடித்துவிட்டு நோயாளியின் உறவினர்களில் முகத்தில் தெரிந்த நன்றிப்பெருக்கை உள்ளார ரசித்தவாறே தனது ஒபிசுக்கு வந்த டொக்ரர் கிருபா மேசையில் இருந்த போஸ்மோட்டம் ரிப்போர்ட்டுகளை மேய்ந்தார். மூச்சுத்திணறல், நுரையீரலில் கட்டிகள், புற்று நோய் என்று ஒரேவகையான அறிகுறிகளை அவை சொல்லிநின்றன. மாசுபட்ட காற்றை தொடர்ச்சியாக சுவாசித்ததினால் வந்த இறப்புகள் என்பதை அவரது மருத்துவ மூளை கிரகித்துக்கொண்டது. உடனேயே எனக்கு எதிராக டொக்ரர் கிருபா ரிப்போர்ட் எழுதத் தொடங்கினார்.

பெறுநர்

அரச அதிபர்
யாழ் மாவட்டம்

விடுநர்

கிருபாகரன் மருத்துவர்
யாழ் பொது வைத்தியசாலை
10/10/2017

சூறாவத்தை மற்றும் பாரதிபுரத்தில் இருக்கும் சிமெட்றி இரு பகுதிக்கும் நடுவிலே இருப்பதுடன் எரியும் சடலங்களினால் வெளியாகும் நச்சு வாயுக்களினால் அதனைச்சுற்றியுள்ள காற்று மண்டலம் அதிகம் மாசடைந்துள்ளது என்பதனை அண்மையில் அதிகளவு நடைபெற்ற மரணங்களின் பிரேதபரிசோதனைகளை மேற்பார்வை செய்தவன் என்றவகையில் உறுதிசெய்கின்றேன். மூச்சுத்திணறல், நுரையீரலில் கட்டிகள், புற்று நோய் என்று இந்தப் பிரேதபரிசோதனைகளின் பொது அறிகுறிகளாக இருப்பதால் இந்த சிமெட்றியை மனித சஞ்சாரமற்ற இடத்துக்கு மாற்றுவதற்குப் பரிந்துரை செய்கின்றேன்.

தங்கள் உண்மையுள்ள

டொக்ரர் கிருபாகரன்

★★★

காண்டம் 03

இப்படியாக அதிகாரமும் பாரதிபுரத்தாரும் மாறி மாறி எனக்கு எதிராக பெட்டிசங்களை தொடர்ந்து எழுதிக்கொண்டிருந்த வேளையில்தான் பாரதிபுரத்தில் இருந்த கிளியன் சம்மாட்டியாரின் சாவு மூலம் என்னைப்பற்றிய காண்டங்களின் மையப்புள்ளியை சனியன் இன்னும் மேலே எழுப்பி விட்டிருந்தான். என்னைப்பற்றி தனக்கு பெட்டிசம் எழுதியிருந்த சின்னானின் மீது ஏலவே கடுப்பில் இருந்த பேரம்பலம் விதானையார் தங்களது பரம்பரை இடமான என்னில் கிளியனை எரிக்க விடக்கூடாது என்று தனது பள்ளி நண்பன் “தேங்காய்” தேவலிங்கதின் பராமரிப்பில் தனது எடுபிடிகளை ஏவிவிட்டிருந்தார்.

இந்த இடத்தில் தேங்காய் தேவலிங்கத்தைப் பற்றி சொல்லவேண்டியது இந்தக்காண்டத்துக்கு அவசியமாகின்றது. இவர் ஓர் இறைபக்தராகவும் சூராவத்தையின் மானம் மரியாதையை காப்பாற்றுவதற்காகவே தனது பிறப்பு அமைந்தது என்று இன்றும் கடுமையாக நம்பிக்கொண்டிருப்பவர். அண்மையில்கூட கொழும்பு உச்சநீதிமன்றத்தில் சூறாவத்தை சனசமூக நிலையக் காணிப்பிரச்சனை தொடர்பாக நடைபெற்ற வழக்கு ஒன்றில் அது தங்களுக்குச் சார்பாக வரவேண்டும் என்று கடுமையாக விரதம் இருந்து பிள்ளையார் கோயிலடியில் சனங்களுக்கு முன்னால் 108 தேங்காய் உடைத்து வழக்கைத் தங்கள் பக்கம் திருப்பி ‘தேங்காய்’ என்ற அடைமொழியைத் தனதாக்கிக்கொண்டவர்.

★★★

கடற்றொழில் மற்றைய தொழில்களைப்போல் இலேசுப்பட்டதல்ல. பல சவால்களை எதிர்கொண்டு மரணத்தின் வாயில்வரை சென்று மீளுகின்ற தொழில். அந்தவகையில் கிளியன் சம்மாட்டியார் நாச்சிக்குடாவில் முடிசூடா மன்னனாக இருந்தவர். நாச்சிக்குடாவில் அவருக்குச் சொந்தமான பல வள்ளங்களும் றோலர்களும் இருந்தன. அவரது படகுகளில் வேலைசெய்பவர்கள் எண்ணுக்கணக்கில் அடக்க முடியாதவர்கள். அவர்களுடைய வீட்டுப்பெண்களின் தாலிகள் நிலைப்பதற்கும் வீட்டில் சோறு பொங்குவதற்கும் கிளியன் சம்மாட்டியார் முழுமுதல் காரணியாக இருந்து அவர்களால் தெய்வமாகவே மதிக்கப்பட்டவர். எல்லா வளங்களையும் அவருக்குக் கொடுத்த கடலன்னை அவருடைய தொழிலுக்கு ஒரு வாரிசுவைக் கொடுப்பதில் வஞ்சனை செய்துகொண்டிருந்தாள். தனது கவலைகளை மறக்கக் கடலன்னையையே அவர் தத்தெடுத்துக் கொண்டார். மீன்களை மட்டுமே பிடித்துக்கொண்டிருந்த அவரது படகுகள் கால மாற்றத்தினால் தேசத்தை மீட்பதற்கும் கடலணியில் சேர்ந்துகொண்டன. முல்லைக்கடலில் சிங்களத்துக்கு கிளியன் சம்மாட்டியாரின் படகுகள் சிம்மசொப்பனமாக இருந்து பல அழிவுகளைத்தேடிக்கொடுத்தன. பல சமர்களில் வெற்றிக்கொடி கட்டிய நாச்சிக்குடாவை, யுத்த பிரபுகள் கடற்கோளில் இழந்தபொழுது அவரின் பொங்கிய வாழ்வும் மங்கத்தொடங்கியது. தொடர்ந்த போரில் அலைக்கழிந்த அவரின் வாழ்வு பின்னர் சரணடைவு, புனருத்தாரணம், மீள்குடியேற்றம் என்று பாரதிபுரத்தில் கொண்டு வந்து நிறுத்தியது.

***

அன்று வானம் மப்பும் மந்தாரமுமாக இருந்தது. பேரம்பலத்தாரின் எடுபிடிகளும் இதே நிலையில் எனக்கு சற்றுத் தொலைவில் கூடி இருந்தார்கள். இந்த முன்னெடுப்புகளை அறியாது சம்மாட்டியார் கிளியனின் உடலம் தூரத்தே வருவது பறைமேளங்களின் ஒலியினால் என்னால் உணரக்கூடியதாக இருந்தது. நடக்கப்போவதை மிரட்சியுடன் பார்க்க நான் ஆயத்தமானேன். கிளியனின் உடலம் எனக்கு கிட்ட வந்ததும் "தேங்காய்" தேவலிங்கம் முன்னேறி,

"இங்கை பாருங்கோ. இனி நீங்கள் இங்கை எரிக்கேலாது வேறை இடம் பாருங்கோ."

"ஏன்...? இவ்வளவு காலமும் இங்கைதானே எரிச்சம். இப்ப என்ன புதுக்கதை விடுறியள்."

“இது எங்கடை பரம்பரை இடம். இதிலை நாங்கள் மட்டும்தான் எரிக்கலாம். உங்களை பாவம் பழிபாத்து எங்களுக்கு கிட்ட வரவிட்டதே பெரும்பிழை. நீங்கள் வேறை இடம் பாருங்கோ.”

“இஞ்சை உந்த எறிசொறிக் கதையளை நிப்பாட்டும் ‘தேங்காய்.’ இங்கைதான் எரிப்பம். உம்மாலை என்ன செய்யேலுமோ செய்து பாரும்,”

என்று கிளியனைச் சுமந்து வந்த பாரதிபுரத்துச் சனம் என்னை நோக்கி முன்னேற, அங்கு தள்ளு முள்ளு ஏற்பட்டு அந்த இடம் ரணகளமாகியது. தேங்காய் பகுதி அதிக சேதாரங்களுடன் இரத்தம் ஒழுக ஒழுக தந்திரோபாயப் பின்வாங்கலைச் செய்தது.

பொது இடத்தில் தனது முகத்தில் கரிபூசிய பாரதிபுரத்து சனங்களை ‘தேங்காய்’ தேவலிங்கத்தாரால் அவ்வளவு இலகுவாக மறக்க முடியவில்லை. அத்துடன் தனது பவிசுகளுக்கு விடப்பட்ட சவாலாகவே அவர் கிளியனின் பிரச்சனையைப் பார்த்தார். சூட்டோடு சூடாகச் சூராவத்தை சனசமூக நிலையத்தில் கூட்டம் ஒன்றை ஒழுங்கு செய்து ‘பாரதிபுரத்தார் இனி எங்கடை சிமெட்றியை பாவிக்க முடியாது’ என்று தீர்மானமும் போட்டதுடன், அன்றிலிருந்து அவர்கள் அவர்களது உடலங்களை எரிப்பதைத் தடை செய்யக் கோரி மறியல் போராட்டத்தையும் தொடங்கினார்.

பாரதிபுரத்தாரும் கிளியனின் சாவில் ஏற்பட்ட ரணகளங்களை சாக்காக வைத்து பாரதிபுரத்து சனசமூக நிலையத்தில் சூராவத்தையாருக்கு எதிராக மறியல் போராட்டத்தைத் தொடங்க, என்மீது பொங்கியிருந்த சனியனின் பார்வை உக்கிரமடைந்தது. அன்றிலிருந்து நானும் ஒரு பிரபலத்துக்குள் வந்துவிட்டேன். ‘தூபம்’ பேப்பர்காரர்களில் இருந்து ‘டும்’ ரீவி காறர் வரை எனது இடத்துக்கு வந்து கவரேஜ் செய்ய உலகம் முழுக்க எனது புகழ் கொடி கட்டியது. முகநூலில் போராளிகள் ‘வீ சப்போர்ட் பாரதிபுரம்’ என்று ஒரு பக்கத்தைத் திறந்து பாய் விரித்துக் கிடந்து களம் ஆடினார்கள். முகநூல் தீ பற்றியது. மனிதக்கழிவுகளை எரித்த எனக்கு அப்பொழுதுதான் எனது பவிசு புரிந்து கண்ணால் தண்ணி வந்தது. கல்லூரி மாணவர்களில் இருந்து பல்கலைக்கழக மாணவர்கள் வரை தமது வேலைகளை விட்டுவிட்டு பாரதிபுரத்தாருக்கு ஆதரவாக மறியலில் ஈடுபட்டதோடு அல்லாமல் எனது இடத்துக்கு வந்து செல்பி எடுத்து முகநூலில் தரவேற்றி சைக்கிளில் ஊர்வலமும் வந்தார்கள். ஒருமுறை நீதியரசர் புண்ணியலிங்கம் பாரதிபுரத்தாருக்கு சமரசம் செய்ய

மறியல் நடக்கும் இடத்துக்கு வந்தார். புண்ணியலிங்கமும் தான் நிற்கப்போகின்ற அடுத்ததேர்தலில் தனது இருப்பைத்தக்கவைக்கவே சூதானமாக காய்களை நகர்த்தினார். இவற்றையெல்லாம் பார்த்து பதகளித்துப்போன 'தேங்காய்' தேவலிங்கத்தார் உச்சநீதிமன்றத்தில் என்னைத் தடை செய்யக்கோரி ஒரு வழக்கைத் தொடர்ந்தார். பாரதிபுரத்தார் குறைந்தவர்களா என்ன? சின்னான் அதற்கு எதிராக வழக்கைத் தாக்கல்செய்ய, வழக்கறிஞர் பந்திரன் இலவசமாக சின்னானுக்கு வழக்காட முன்வந்தார். அங்கும் அவரின் எதிர்காலமே முன்னுக்கு நின்றது. அத்துடன் அவர்கள் பாரதிபுர சனசமூக நிலையத்தில் தொடர்ந்த மறியல் போராட்டத்தை நீதிமன்றத்தின் முன்னால் விரிவுபடுத்தினார்கள்.

மங்களம் சொல்லல்

இப்படியாக நாளொருவண்ணமும் பொழுதொருவண்ணமும் பற்றியெரிந்த எனது பிரச்னைக்கு முற்றுப்புள்ளி வைக்க நீதியரசர் புண்ணியலிங்கம் தலைமையில் நீதிமன்றம் கூடியது. வெளியே சூராவத்தையாரும் பாரதிபுரத்தாரும் புண்ணியலிங்கத்தாரின் தீர்ப்பை அறிய தள்ளு முள்ளுப் பட்டார்கள். பாதுகாப்புக்காக இராணுவ கொமாண்டோ படையணிகள் கவர்னரின் ஏற்பாட்டில் நீதிமன்றத்தைச் சுற்றி கவர் எடுத்துக்கொண்டார்கள். பிரதம நீதியரசர் புண்ணியலிங்கம் தனது தீர்ப்பை வாசிக்கத்தொடங்கினார்,

> "மனிதவாழ்வு என்பதே அவனது தேவைகள் ஆசாபாசங்களுடன் தொடர்புபட்டுப் பின்னிப்பிணைந்தது. சிமெட்றி வேண்டுமா இல்லை இந்த சனங்கள் வேண்டுமா என்றால் இங்கு இந்த நீதிமன்றம் கவனத்தில் கொள்வது இந்த சனங்களின் நோய் நொடியற்ற சந்தோசமான ஆரோக்கியமான வாழ்க்கையையே. யாழ் பொதுவைத்தியசாலையின் வைத்தியர் டொக்ரர் கிருபாகரனின் பரிந்துரையைக் கவனத்தில்கொண்டு இந்த சிமெட்றியை அகற்றி எல்லோருக்கும் பொதுவான வேறு ஓர் இடத்திற்கு மாற்றுவதுடன் அதை நவீன முறையில் அமைந்த மின்சார சிமெட்றியாக மாற்றுவதற்கும் வட மாகாண அரசிற்கு இந்த நீதிமன்றம் ஆணையிடுகின்றது."

போச்சுடா ...

- ஜீவநதி, 2018

○ ○ ○

டிலீப் டிடியே

பெயர்: டிலீப் டிடியே

பிறப்பு: நோர்மண்டி

தொழில்: பல்கலைக்கழக மாணவன்

அப்பா பெயர்: டிடியே பிரான்சுவா

தொழில்: மருத்துவர்

அம்மா பெயர்: மைதிலி தம்பிப்பிள்ளை

★★★

ஓர் இளவேனிற்காலச் செக்கல் பொழுதில் நோர்மண்டி மத்திய தொடரூந்து நிலையத்தில் டிலீப் டிடியே-யை இறக்கிவிட்டு அந்தத் தொடரூந்து தனது பயணத்தைத் தொடர்ந்தது. டிலீப் பாரிஸ் சோர்பேண் பல்கலைக்கழகத்தில் அரசியல் பீடத்தில் ஒரு வருடத்தை நிறைவு செய்து விடுமுறைக்காக நோர்மண்டி வந்து கொண்டிருந்தான். டிலீப் அப்பாவைப்போன்று நெடுநெடுவென்று உயரமும் பச்சைக்கண்களும் சுருள்சுருளான கரிய தலைமுடியும் அம்மாவைப்போன்று விளைந்த நெற்கதிரின் நிறமும் அம்மாவையும் அப்பாவையும் கலந்து வைத்த முகமும் என்று பார்ப்போரைக் கிறங்கடிக்கும் அழகனாக இருந்தான். தொடரூந்து நிலையத்தை விட்டு வெளியேறியபொழுது அங்கு அவனது அம்மா மைதிலி காருடன் நின்றிருந்தாள். “மம்மோ...(அம்மா)” என்று கத்தியபடி அம்மாவைக் கட்டிப்பிடித்துக் கொஞ்சினான். அவளின் கண்களில் கண்ணீர் துளிர்த்தது. ஒருவருடமாக மகனைக்காணாது

ஏங்கிப்போயிருந்தாள். என்னதான் ஒரு பிரெஞ்வாழ்க்கை முறைக்கு மாறியிருந்தாலும் எச்சசொச்சங்களான ஊர் பழக்கவழக்கங்கள் பல அவளை விட்டுச்செல்லவில்லை. காரில் ஏறியதும் டிலீப் ஓடிக்கொண்டிருந்த இளையராஜாவை மாற்றி ஷெரி எப் எம் 80 பாடல்களுக்கு றேடியோவைத் திருப்பினான். றேடியோவில் ஜோன் ஜக் கோல்ட்மன் உருகிக்கொண்டிருந்தார். மொழியினால் பாடல்களின் அர்த்தங்கள் மாறினாலும் அதன் உள்ளடக்கம் ஒன்றாகவே இருந்ததினால் மைதிலிக்கு சிரிப்பாக இருந்தது. மகனைக் கண்டதும் மைதிலிக்குத் தனது பழைய நினைவுகள் மனதில் பாடலுடன் சேர்ந்து ஓடத்தொடங்கின.

★★★

தம்பிப்பிள்ளை வசுமதி தம்பதிகள் பாரிசுக்குப் புலம்பெயர்ந்த பின்னர் பிறந்தவள்தான் இந்த மைதிலி. அவர்களுக்கு ஒரே மகளாக வந்து வாய்த்ததால் அவள் துடியாட்டமாகவே வளர்ந்தாள். அவளது எடுப்பான மூக்கு. உள்ளேயும் இல்லாது ஆக வெளியே இல்லாதவையுமான கண்கள். சிரிக்கும்பொழுது கன்னத்தில் விழுகின்ற குழி. விளைந்த நெற்கதிரின் நிறம். அளவான மார்பகங்கள். அதற்கேற்றால்போல் பின்புறங்கள். மிகவும் அடர்த்தியான நெளிந்த நீண்ட கூந்தல், என்று அவள் ஓர் அழகியாக அந்தப் பல்கலைக்கழகத்தில் உலாவர முடிந்தது. ஒருநாள் மாலை வகுப்புகள் முடிந்து தனது மடிக்கணனியை நோண்டிக்கொண்டிருந்த மைதிலிக்கு டிடியே பிரான்சுவா ஓர் மின்னஞ்சல் அனுப்பியிருந்தான்.

அன்பின் மைதிலிக்கு,

> *எங்கள் வகுப்பிற்கு நீ புதிய மாணவியாக வந்தபொழுது உனது அழகும் உனது குடும்பப்பாங்கான அணுகுமுறைகளும் என்னை ஈர்த்தன. எனது அம்மாவை சிறுவயதில் இழந்த எனக்கு என்னதான் அப்பா எனது தேவைகளை நிறைவேற்றினாலும் அவரால் எனது அம்மாவின் இடத்தை நிரப்ப முடியவில்லை. நீ விரும்பினால் டேட்டிங் செய்வோம். எம்மைப் புரிந்துகொள்ள முயற்சி செய்வோம். உன் பதில் கண்டு மிகுதி தொடர்கின்றேன்.*
>
> *அன்பின் டிடியே பிரான்சுவா*

மைதிலியின் பிறெஞ் பள்ளிக்கூட வாழ்வில் சந்தித்த மாணவ மாணவிகள் எல்லோருமே எதோ ஒருவகையில் ஒவ்வாமையாக இருந்திருக்கின்றார்கள். அன்பையும் மற்றவர்களை மதிக்கின்ற

பண்புகளையும் இரத்தத்தில் ஊட்டி வளர்த்த குடும்பத்தில் இருந்து வந்த அவளுக்கு, அவர்களது இரட்டை வசனக் கதைகளும் கட்டற்ற செக்ஸ் வேட்கைகளும் அருவருப்பாக இருந்தன. அவர்களுக்கும் கவலைகள் அன்புகள் இருந்தன. ஆனால், அவைகள் நீர்க்குமிழிகள் போல இருந்தன. அவர்கள் தங்கள் காதலர்களை மூக்குத்துடைக்கும் ரிஸ்யூ பேப்பர்போல் பாவித்துக்கொண்டிருந்தார்கள். இதனால் மைதிலி அவர்களுக்கிடையில் ஒரு சிறிய இடைவெளியை உருவாக்கிக்கொண்டிருந்தாள். வெள்ளிக்கிழமை மாலை பார்ட்டிகளுக்கு செல்வதானாலும் அம்மாவின் அனுமதியுடனேயே சென்று வந்தாள். பிரான்சுவாவின் நாகரீகமான மின்னஞ்சல் அவளுக்கு அவன் மேல் ஒரு மதிப்பை ஏற்படுத்தினாலும் அவள் அவன் விடயத்தில் விட்டுப் பிடிக்கவே விரும்பினாள். சரியாக இரண்டு கிழமைகளுக்குப் பின்னர் பிரான்சுவாவின் மின்னஞ்சலுக்குப் பதில் எழுதினாள்.

★★★

அந்த வெள்ளிக்கிழமை மாலையில் பிரான்சுவா ஒரு மலர்க்கொத்துடன் அவளைச் சந்திக்க வந்தான். அவளுக்கு அது ஒரு சாதாரண சந்திப்பாக இருந்தாலும் பிரான்சுவா சிறிது பதட்டமாக இருந்தான். கபேயும் தேநீரும் ஓடர் செய்துவிட்டு கிடைத்த இடைவெளியில் மைதிலியே கதையைத் தொடங்கினாள்.

"எந்த விதத்தில் என்னை அறிய விரும்புகின்றாய் பிரான்சுவா? என்னைச் சந்திப்பதால் உனக்கு என்ன லாபம்?"

"நான் ஒரு பாரம்பரியமான பிறெஞ் குடும்பத்தில் இருந்து வந்தவன். எனது வருங்கால வாழ்க்கை பிக்கல் பிடுங்கல் இல்லாது தெளிந்த நீரோடைபோல அமைதியாக இருக்கவேண்டும் என்று விரும்புகின்றேன். ஓர் ஆசியக்குடும்பத்தில் இருந்து வந்த நீ சம்மதித்தால் உன்னை எனது வாழ்க்கைத் துணையாக்க விரும்புகின்றேன் மைதிலி."

"ஆசியக்குடும்பத்தில் இருந்து வந்த பெண்கள் எல்லோரும் இப்படித்தான் இருப்பார்கள் என்று நீ எந்த வகையில் தீர்மானித்தாய்?"

"உனக்குத் தெரியுமோ தெரியவில்லை நான் ஆசியக்குடும்ப வாழ்வியல் தொடர்பான நூல்களை லைபிரரியில் எடுத்து வாசிக்கின்றேன். குறிப்பாக இந்தியக் குடும்ப அமைப்பு தொடர்பாக வாசிக்கின்றேன். கோடைகால விடுமுறையில் இந்தியா சென்று ஒரு

கூட்டுக்குடும்பத்துடன் தங்கி இருந்து அவர்களது வாழ்வைப் பார்க்க விரும்புகின்றேன்."

"இங்கே பார் பிரான்சுவா... திருமணம் என்பது ஒரு வீடு கட்டுவதற்கு ஒப்பானது. அதற்குப் பொறுமையும் அதிநிதானங்களும் வேண்டும். ஒருவர் பலம் பலவீனங்கள் இரண்டையும் அங்கீகரிக்க வேண்டும். அதிக காதல்களில் ஒருவரின் பலமும் அதன் வழியே வந்த சாகசங்களுமே முன்நிலைப்படுத்தப்படுகின்றன. இதற்கும் அப்பால் ஒரு வாழ்க்கை உண்டு. அங்கு பலவீனங்கள் வெளியாகும் பொழுது ஒருவரை ஒருவரால் ஜீரணிக்க முடிவதில்லை. அவரா இவர் என்றும் இவளா அவள் என்றும் கோர்ட்டுவாசலில் வந்து நிற்பார்கள். எனக்கு இந்தக் காதல் கத்திரிக்காயில் எல்லாம் நம்பிக்கை இல்லை. என்னை உருவாக்க தெரிந்த அம்மா அப்பாவுக்கு எனது வாழ்க்கை எப்படியாக இருக்கவேண்டும் என்பது தெரியாதா என்ன? அம்மா அப்பாவின் அனுமதி இல்லாமல் நான் யாரையும் பார்க்கமாட்டேன். வீணாக கற்பனைகளை வளர்த்துக்கொள்ளாதே. நாம் இப்பொழுது செய்யவேண்டியது படித்து ஒரு நல்ல நிலைக்கு வருவதே. அதைச் செய்வோம். ஒருவேளை வரும்காலத்தில் எமக்கிடையில் பரஸ்பரம் புரிந்துணர்வுகள் வருமானால் பார்க்கலாம்."

"இல்லை உனது கருத்தை நான் மதிக்கின்றேன். ஆனால், எமக்காக அம்மா அப்பா சாப்பிட முடியுமா என்ன? அதுபோலத்தான் திருமணமும். எமக்கான வாழ்க்கையை நாங்கள்தான் தெரிவு செய்ய வேண்டும். தனியாக முடிவெடுக்கின்ற பக்குவத்தை நாங்கள் வளர்க்க வேண்டும்."

"உனது பண்பையும் நல்ல குணத்தையும் மதிக்கின்றேன். ஆனால், இது மட்டும் திருமணத்துக்குப் போதாது. இப்பொழுது என்னால் எதுவும் முடிவாக சொல்ல முடியாது."

"உனக்காகக் காத்திருக்கின்றேன் வடிவாக யோசி."

"பார்க்கலாம்."

எந்த முடிவுக்கும் வராது அந்த டேட்டிங் முடிந்துபோனது. மைதிலி எதுவும் நடக்காததுபோலவே அவனிடம் பழகிக்கொண்டாள். ஒருமுறை அவளுடைய பிறந்தநாளுக்கு உடன்படித்த மாணவர்கள் எல்லோரும் வீட்டிற்கு வந்திருந்தனர். பிரான்சுவாவும் வந்திருந்தான். மைதிலி அவனை அப்பா அம்மாவிற்கு அறிமுகம் செய்து வைத்தாள். அன்றும் பிரான்சுவா ஒரு பரிட்சையில் தோற்றி முடிவுகளுக்காகக்

காத்திருக்கும் மாணவன் போன்ற நிலையிலேயே இருந்தான். வந்த எல்லோரும் அவளுக்குப் பரிசில்களை கொடுத்துச் சென்றனர். எல்லோரும் சென்ற பின்னர் நண்பர்கள் தந்த பரிசில்களை உடைத்துப் பார்த்தாள். அதில் பிரான்சுவாவின் பரிசும் இருந்தது. ஒரு சிறிய பெட்டியில் அழகான கைக்கடிகாரமும் ஒரு சிறிய கடிதமும் இருந்தது. அதில் "உனது முடிவை ஆவலுடன் எதிர்பார்த்துக் காத்திருக்கும் டிடியே பிரான்சுவா" என்று எழுதியிருந்தான். மைதிலிக்கு அவனது கடிதம் மனதில் அலைக்கழிப்பை ஏற்படுத்தியது. தான் பிரான்சுவாவின் நல்ல மனத்தைக் காயப்படுத்துகின்றேனோ என்று தனக்குள் மருகினாள். ஆனாலும் அவளால் பிரான்சுவாவையிட்டு ஒரு முடிவுக்கு வர முடியவில்லை. அதற்குக் காரணங்கள் இல்லாமலும் இல்லை. வெள்ளையர்களது திருமண வாழ்வு ஒரு சீரில்லாது பாம்பு தோலை மாற்றியது போன்று அடிக்கடி மாறுவதும் அவளது பயத்திற்கு முக்கியக் காரணமாக இருந்தது. ஆனாலும் குற்றஉணர்ச்சி அவளை வாட்டி எடுத்தது. இறுதியில் ஒரு முடிவுக்கு வந்தவளாக உறங்கிப்போனாள்.

ஏறத்தாழ இரண்டு மாதங்களுக்குப் பின்பாக பிரான்சுவாவின் மின்னஞ்சல் மீண்டும் அவளின் கணனிக்கு வந்திருந்தது. "தான் தந்த அன்பளிப்பு அவளுக்குப் பிடித்திருந்ததா என்பதுபற்றியும் தமது எதிர்காலத்தைப் பற்றி அவள் என்ன முடிவு செய்திருக்கின்றாள்" என்றும் அந்த மின்னஞ்சல் உசாவியிருந்தது.

"எவ்வளவுதான் நான் உன்னை மறக்க நினைத்தாலும் உனது நினைவுகளே என்னைச்சுற்றுகின்றன. எனது வாழ்வு உன்னுடன் தான் என்று இருந்தால் அதைத்தடுக்க யாரால்தான் முடியும்? உனது அப்பாவுடன் வந்து எனது அப்பா அம்மாவுடன் இது பற்றிக் கதை," என்று மைதிலி அந்த மின்னஞ்சலுக்குப் பதில் எழுதினாள்.

ஒரு கிழமை முடிவில் பிரான்சுவா தனது தந்தையுடன் வந்து அவளின் அப்பா அம்மாவிடம் தனது விருப்பத்தைத் தெரிவித்தான். தம்பிப்பிள்ளைக்கும் வசுமதிக்கும் தங்களை வாழவைத்த நாட்டிற்குத் தங்கள் மகளை வாழ அனுமதிப்பதில் பெரிய முரண்களைக் கொண்டிருக்கவில்லை. அத்துடன் புலம்பெயர் தமிழர் சமூகத்தில் தங்கள் மகளைத் திருமணம் செய்து கொடுப்பதில் உள்ள நடைமுறைச்சிக்கல்கள் அவர்களை பயமுறுத்திக் கொண்டிருந்தன. அம்மா அப்பா இலகுவாக அவனை ஏற்றுக்கொள்வார்கள் என்று அவளால் நம்ப முடியாமல் இருந்தது. ஒரு நல்ல நாளில் மைதிலியின் நண்பிகளும் பிரான்சுவாவின் நண்பர்களும் ஒன்று சேர நோர்மண்டி நகரசபையில் அவர்கள் சட்டப்படி திருமண

வாழ்வில் ஒன்றிணைந்தார்கள். அன்றிலிருந்து இருவரும் புதியதோர் உலகத்தில் நுழைந்தார்கள். அந்த உலகம் அவர்களுக்காகவே உருவாக்கப்பட்டிருந்தது. அங்கு கொஞ்சல்களும் கெஞ்சல்களும் மிஞ் சல்களும் முயங்கல்களுமே நிறைந்திருந்தன. அதன் விளைச்சலாக டிலீப் "மம்மோ..." என்ற அலறலுடன் வந்து குதித்தான்.

★★★

சீரான ஓட்டத்தில் வந்துகொண்டிருந்த கார் ரெட் சிக்னலுக்காகக் குலுங்கி நின்றபொழுது மைதிலி சுயநினைவுக்கு வந்தாள். அருகே இருந்திருந்த டிலீப், ஜாக் பிராதல்-இன் காதல் பாட்டில் சொக்கிப்போயிருந்தான். ஆனால், அவனது முகம் வழமைக்கு மாறாக மலர்ச்சியின்றி வாடிப்போயிருந்தது. அவனது மனதை ஏதோ ஒன்று கடுமையாக ஆட்டிப்படைப்பதை அவளால் ஊகிக்க முடிந்தது. அவனாக சொல்லட்டும் என்று விட்டுவிட்டாள்.

"மம்மோ ... நான் நிக்கிற நாளிலை எனக்கு எல்லா குறிக்கும் (கறி) கனக்க எண்ணை போட்டு சமைச்சு தருவியா?" அவனின் கேள்வி மைதிலிக்கு சிரிப்பை வரவழைத்தது.

"முந்தி எண்ணை வேண்டாம் என்று ஒற்றைக்காலில் நிப்பியே இப்ப என்ன புதிசாய் ...?"

"மம்மோ ... இனி நான் நல்ல குண்டாய் வரவேணும்" என்று கண்களில் கண்ணீர் தெறிக்க இடைவெட்டினான். அவனது கண்களில் கண்ணீரைப் பார்த்ததும் துடித்துப் போய்விட்டாள் மைதிலி. ஒன்றும் பேசாது வீட்டுக் கராஜில் காரை நிறுத்திவிட்டு வீட்டினுள் நுழைந்தார்கள். டிலீப் நேரடியாகத் தனது அறைக்குப் போனான். சிறிது நேரத்தில் உடைமாற்றிக்கொண்டு வந்து குசினிக்குள் நுழைந்து தனக்கு வேண்டிய எக்ஸ்பிராஸோவை போடுவதற்குக் கைப்பிடியில் கோப்பித்தூளை அளவாக எடுத்து நெருக்கமாக அடைத்து மெஷினில் நுழைத்துவிட்டு பட்டனை அமத்தி விட்டான்.

"மம்மோ ... பப்பா எங்கை?"

"அவர் கிளினிக்குக்கு போட்டார். நீ இண்டைக்கு வாறதாலை கெதியாய் வாறதாய் சொன்னார்."

"மம்மோ ... எனக்கு இண்டைக்கு பிரியாணியும் முத்தோன் குறியும் (மட்டின் கறி) கனக்க எண்ணை விட்டு செய்து தருவியா?" என்று மைதிலியின் கழுத்தில் தொங்கியவாறு கேட்டான்.

ஆசையாக மகன் கேட்கின்றானே என்று அவளும் குசினியில் பம்பரமானாள். இரவு போல் பிரான்சுவா வீட்டிற்கு வந்தார். "பப்பா..." என்று ஓடிவந்து அவரைக் கட்டிக்கொண்டான் டிலீப். உடைமாற்றிக்கொண்டு மூவருமாக குசினியில் இருந்து தேநீருடன் சமையல் வேலையில் ஈடுபட்டார்கள். டிலீப் மீண்டும் எக்ஸ்பிராஸோ-வுக்கு மாறினான். பிரான்சுவா அவனின் படிப்பு தொடர்பாகவும் ஹொஸ்டல் வாழ்க்கை பற்றியும் அக்கறையாக விசாரித்தார். டிலீப் இருவருக்கும் பகுதி நேர வேலையால் உழைத்த காசில் தான் வாங்கிய சேர்ட்டையும் கவுனையும் கொடுத்தான். இருவருக்கும் சந்தோசம் முகத்தில் அள்ளித் தெறித்தது.

"பப்பா நீ படிக்கிற நேரம் உனக்கு கனக்க குப்பின் (பெண் நண்பிகள்)கள் இருந்தார்களா?" என்று இடக்கு முடக்காக ஒரு கேள்வியைக் கேட்டான். அவனது கேள்வியால் சிறிது தடுமாறிய பிரான்சுவா மைதிலியைக் கை காட்டினார்.

"மம்மோ ... உனக்கு ...?"

"அடிப்பன் உனக்கு வாய் கூடிபோச்சுது" என்ற மைதிலியின் மனதில் டிலீப் ஏதோ ஒன்றைப் பற்றிக் கதைக்கத் தடுமாறுகின்றான் என்பது மட்டும் அவளிற்குப் புரிந்தது.

"ஷெரி (அன்பே) உங்களுக்கு தெரியுமா? டிலீப் குண்டாக வரப்போகின்றானாம் என்னவென்று கேளுங்கள்" என்று பிரான்சுவாவின் பக்கம் பந்தை நகர்த்தி விட்டாள்.

"ஏனடா குண்டாய் வரப்போறாய் ? இப்ப நீ நல்ல வடிவாய்த்தானே இருக்கிறாய்?"

"பப்பா இந்த வடிவுதான் எனக்கு பிரச்சனையாய் இருக்கு. நான் தனிய ஒரு இடத்திற்கும் போகேலாமல் இருக்கு. பெட்டையள் டேட்டிங்-க்கு வரச்சொல்லி கரைச்சல் தாறாளவை. என்னைக் கலியாணம் செய்யச் சொல்லி எல்லா பெட்டையளும் கரைச்சல் படுத்துறாளவை. என்னாலை ஒழுங்காய் படிக்கேலாமல் இருக்கு. நான் என்ரை பிரெண்ட்சோடை ஒரு இடத்துக்கு ஃபீரியாய் போகேலாமல் இருக்கு. என்னை சுத்திச்சுத்தி வந்து கலியாணம் கட்டச்சொல்லி ஒரே அரையாண்டமாய் இருக்கிறாளவை. பப்பா... இவளவையாலை எனக்கு ஒரே ரோச்சராய் இருக்கு. என்னை ஒரு செக்ஸ் ரோய் மாதிரி பாக்கிறாளவை. அண்டைக்கு ஒருத்தி, நான் எந்த விதத்தில வடிவு இல்லை, உன்னாலை எனக்கு ஒரு குழந்தை வேணும் எண்டு கேக்கிறாள். எனக்கு பெரிய அவமானமாய்

போச்சுது. நான் படுற பாட்டைப்பாத்து ஒரு சைக்கியரிஸ்ட்டை என்னைக் காட்ட சொல்லி அறை நண்பன் றொபேர்ட் சொன்னான். நானும் ஒரு சைக்கியரிஸ்ட்டை போய் காட்டினன். பிரச்சனையளை வடிவாய் கேட்டுப்போட்டு, நீ நல்ல குண்டாய் வந்தால் உன்னை ஒருத்தியும் திரும்பியும் பாக்க மாட்டாளவை எண்டு அவர்தான் இந்த ஐடியாவை தந்தார்" என்று சொன்ன டிலீப்பின் முகத்தில் கண்ணீர் வழிந்தோடியது. அவனின் கதையைக் கேட்டுக்கொண்டிருந்த மைதிலியின் மனம் துணுக்குற்றது. அவனது பிரச்சனையின் தீவிரத்தை பிரான்சுவாவால் இப்பொழுது உணர முடிந்தது. ஆனாலும் அதை வெளிக்காட்டாது பல கதைகள் சொல்லி அவனைத் தேற்றினார்.

டிலீப் நோர்மண்டி வந்து ஒரு கிழமையாகப் போகின்றது. மைதிலியும் அவனது விருப்பப்படியே எண்ணை அதிகம் சேர்த்து பார்த்துப்பார்த்து சமையல் செய்து கொடுத்தாள். ஆனால், அவனின் உடலில் பெரிய மாற்றங்களைக் காணமுடியவில்லை. அதே தோற்றத்துடன் அவன் அழகனாகவே வளைய வந்தான். அவனிற்குக் குமரிகளின் தொல்லைகள் கூடியதே ஒழிய குறைந்தபாடாகத் தெரியவில்லை. ஒருநாள் மாலை அவன் லைபிறரிக்கு செல்லும்பொழுது சிறியவயதில் அவனுடன் ஒன்றாகப் படித்த 'மது' என்ற மதுமிதாவைச் சந்திக்க நேரிட்டது.

"ஹேய் டிலீப் எப்ப வந்தனி?"

"ஒருகிழமை."

"வாறியா ரெண்டு பியர் குடிப்பம்? கன நாள் உன்னோடை கதைச்சு."

"நான் இப்ப லைபிறரிக்கு போறன். என்னம் ஒருநாள் பாப்பம்."

"ஒரு பத்து நிமிடம்தான் வா கதைப்போம்."

இருவரும் அருகே இருந்த கபே பாரினுள் நுழைந்தார்கள். பியருக்கு சொல்லிவிட்டு வீதியோரம் போடப்பட்டிருந்த கதிரைகளில் இருந்தார்கள்.

மதுமிதா டிலீப்-ஐ விட இரண்டு வயது மூத்தவள். அவள் இலங்கைப்பெற்றோருக்குப் பிறந்திருந்தாலும் அவளில் இலங்கைப் பெண்களுக்குரிய குணங்களை மருந்திற்கும் காண முடியாது. நோர்மண்டி சூழல் அவளை அப்படி வளர்த்திருந்தது. அவளது நெடுநெடுவென்ற உயரமும் சதைப்பிடிப்பான உடலும் அகன்ற பெரிய விழிகளும் பந்தயக்குதிரைகள் போல் திமிர்த்த முன்புறமும் பின்புறமுமாக அழகு அவளிடம்

வஞ்சகமில்லாது கொட்டிக்கிடந்தது. அவளுக்குப் பின்னால் திரியாத ஆண்களே இல்லை என்றே சொல்லலாம். மதுமிதா இப்பொழுது மருத்துவ பீடத்தை நிறைவு செய்துவிட்டு நோர்மண்டியிலேயே இன்ரேர்ன் செய்கின்றாள். பரிசாரகர் கொண்டுவந்து வைத்த பியரை சுவைத்தவாறே மது வார்த்தைகளால் சுற்றிவளைக்காது நேரடியாகவே விடயத்துக்கு வந்தாள்.

“டிலீப் நாங்கள் கலியாணம் செய்தால் என்ன?”

இவளுமா ...

“எனக்கு இப்ப கலியாணம் செய்யிற ஐடியா இல்லை.”

“இந்த வயசிலை செய்யாமல் எப்ப கலியாணம் செய்யிறது ? எனக்கு உன்னாலை ஒரு குழந்தை வேணுமடா. நான் உனக்காத்தான் வெயிட் பண்ணிக்கொண்டு இருக்கிறன்.”

“உனக்கு குழந்தை வேணுமெண்டால் அதுக்கு நானா கிடைச்சன்? உன்ரை வடிவுக்கு எத்தினை பேர் உனக்குக் குழந்தை தருவங்கள். நீ படிச்சிட்டாய். என்னை படிக்கவிடு மது.”

“எனக்கு உன்னாலைதான் குழந்தை வேணும். கலியாணம் கட்டினால் அது உன்னோடைதான். இல்லாட்டில் கலியாணமே கட்டமாட்டன்.”

டிலீப் விசுக்கென்று எழுந்து அவளைப்பாராது விரைவாக நடந்தான்.

“நான் என்னத்திலையடா குறைஞ்சனான்” என்றவாறே மதுமிதா விடாது அவனைப் பின்தொடர்ந்தாள்.

அவனது வேகத்துக்கு ஈடுகொடுக்க முடியாத பொழுது வந்த ஆத்திரத்தில்,

“நீ ஒரு பெதே... யடா(கே). அதாலை தான் எங்களைப்போலை பெட்டையளை பாக்காமல் திரியிறாய். உன்னை விடமாட்டன்” என்று மதுமிதா அவனைப் பார்த்துக் கத்தினாள்.

லைபிறறிக்கு வந்த அவனுக்கு நெஞ்சு படபடப்பாக இருந்தது. அவனையறியாது அழுகை முட்டிக்கொண்டு வந்தது. அவள் சொல்லிய “பெதே” தான் அவன் காதுக்குள் மீண்டும் மீண்டும் ஒலித்துக்கொண்டிருந்தது.

"அழகனாகப் பிறந்தது எனது குற்றமா? ஏன் இந்தப்பெண்கள் காமப்பேய்களாக அலைகின்றார்கள்? செக்ஸ் - ஐ விட இவர்களுக்கு வாழ்க்கையில் வேறு ஒன்றுமே இல்லையா? அம்மாவுக்கும் இவர்களுக்கும் எவ்வளவு வித்தியாசம். அம்மா ஒரு வெள்ளையனை கலியாணம் செய்தாலும் அவளது வாழ்கையில் செக்ஸை ஒரு பகுதியாகப் பார்க்க, இவர்கள் செக்ஸை வாழ்கையாகவல்லவா பார்க்கின்றார்கள். தற்கொலை செய்து கொள்ளலாமா? இவர்களுக்கு பயந்து நான் தற்கொலை செய்து கொள்வதா? அம்மா அப்பா போல் நான் நன்றாகப் படித்து ஒரு நல்ல நிலைக்கு வரவேண்டும்" என்று அவனது மனம் பலவாறு தாளம் தப்பி ஓடிக்கொண்டிருந்தது. லைபிறரியில் அவனால் மனம் ஒன்றி இருக்க முடியவில்லை. பொழுதும் வேறு நன்றாக இருட்டி விட்டது. போக்குவரத்து அடங்குவதற்குள் அவன் வீட்டிற்குப் போகவேண்டும் என்ற அவசரத்தில் அந்த வீதியால் நடந்து கொண்டிருந்தான்.

***

மெல்லிய குளிரும் பனிப்புகாரும் அந்த சுற்றாடலைப் போர்த்தியிருந்தது. பனிப்புகாரினுடாக வீதியில் இருந்த விளக்குகள் வெளிச்சத்தைத் தரப் போராடிக்கொண்டிருந்தன. தூரத்தே இருந்த சந்தியில் ஓர் உருவம் நின்றிருந்தது. அது நிதானமாக இல்லாது பரபரப்பாக இருந்தது. அதில் ஒருவிதமான வெறித்தனமும் எதையோ தேடுகின்ற தவிப்பும் அதிகமாக இருந்தது. டிலீப் அந்த உருவத்தை நெருங்கியபொழுது அந்த உருவம் மிகவும் பதட்டமாக இருந்தது. அதன் வாயில் இருந்து கனபிஸ்(கஞ்சா) நாற்றம் குடலைப்புரட்டியது.

"ஃபிறேயர் (சகோதரா) உன்னிடம் சிகரெட் இருக்கின்றதா?"

"இல்லை. நான் புகைப்பதில்லை ஃபிறேயர்."

"நீ பொய் சொல்கின்றாய்."

"இல்லை. நான் உண்மையைத்தான் சொல்கின்றேன்" என்று அவன் சொல்லி முடிப்பதற்குள் அந்த உருவம் தனது பின்பக்க கால்சட்டைப் பொக்கற்றுக்குள் இருந்த பிஸ்டலால் மூன்று தோட்டாக்களை அவனைப்பார்த்து வெளியேற்றிவிட்டு திரும்பிப் பாராது ஓடியது. சற்றும் எதிர்பாராத டிலீப் நிலைகுலைந்து நிலத்தில் சாய்ந்தான். அவன் கண்கள் முன் அம்மாவின் முகம் ஒடித்தெறித்தது. அவனாக இருந்த அவன் இப்பொழுது அதுவாக மாறியிருந்தான். அவனில் இருந்து வெளியேறிய இரத்தம் அந்தக்குளிரில்

உறையத்தொடங்கியது. உடலில் இருந்து சூடு மெதுமெதுவாகக் குறையத்தொடங்கியது. அந்த வீதியால் வந்த காவல்துறைக்கு டிலீப் மீது தோட்டாக்களைத் தீர்த்தவனைப் பிடிப்பது பெரியவேலையாக இருக்கவில்லை. அவனது உடலத்தை அருகே இருந்த வைத்தியசாலையில் ஒப்படைத்துவிட்டு பிரான்சுவாக்கு தகவல் சொல்லியதன் பின்னர் வைத்தியசாலையிலேயே இரு காவலர்களைக் காவலுக்கு வைத்தது காவற்துறை.

★★★

வைத்தியசாலையில் டொக்ரர் மதுமிதாவுக்கு அன்று இரவுப்பணியாக இருந்தது. தனது இரவு நடனத்துக்கு வேட்டு வைத்த அந்த இரவுப்பணியை திட்டியவாறு வைத்தியசாலைக்குள் நுழைந்தாள். அவசரப்பிரிவில் இருந்த நோயாளிகளை பார்த்துக்கொண்டு இருக்கும்பொழுது டிலீப்பின் கொலை செய்தி அவளை வந்தடைந்தது. தனக்குக் கிடைக்காதவன் பிணமாகிப் போனானே என்ற கவலை அவளை வாட்டினாலும் அவளது தொழில்முறை அதைப் பத்துடன் பதினொன்றாக எடுத்தது. ஏறத்தாழ இரவு ஒரு மணிக்குப் பின்னர் அவசரப்பிரிவில் சிறிது சனம்குறைந்த வேளையில் தன்னுடன் பணியாற்றிய அனாவிடமும் நேர்ஸ் ஜூலியாவிடமும் தான் ரவுண்ட்ஸ் போய்விட்டு வருவதாகச் சொல்லிவிட்டு டொக்ரர் மதுமிதா அந்த இடத்தைவிட்டு அகன்றாள். அவள் சென்ற பின்னர் அனாவும் ஜூலியாவும் மதுமிதாவின் ஆண் நண்பர்கள் பற்றி சிரித்துக் கதைத்துக்கொண்டிருந்தனர். சிறிது நேரத்தின் பின்னர் அவசரப்பிரிவு மீண்டும் பரபரப்பாகியது. அனாவால் தனியாக அவசரப்பிரிவைச் சமாளிக்க முடியவில்லை. மதுமிதாவைப் பார்த்து வரும்படி ஜூலியாவை அனுப்பினாள். ஜூலியா எங்கு தேடியும் மதுமிதாவைக் கண்டுபிடிக்கமுடியவில்லை. இவள் எங்கு போனாள் என்று யோசித்தவாறே ஜூலியா அவசரப்பிரிவுக்கு திரும்பி வரும் வேளையில் நீண்ட கொரிடோரின் ஓரத்தில் பிரேதபரிசோதனை செய்து பாதுகாக்கும் காம்பரா இருந்தது. ஜூலியா ஏதோ ஓர் அருட்டல் வந்தவளாக காம்பராவின் கதவைத் திறந்து பார்த்தபொழுது அவளால் வாய் பேசமுடியவில்லை. அங்கே அங்கே தன்நிலை மறந்தவோர் பரவசநிலையில் மதுமிதா நிர்வாணியாக இருந்த டிலீப் டிடியேயின் மேல் பரவி முயங்கிக் கொண்டிருந்தாள்.

- வல்லினம், 2017

○ ○ ○

ஏறுதழுவுதல்

ஏறு சொல்லிய கதை

அதிகாலை வேளை பனிப்புகார் அந்த ஊரில் மண்டி இருந்தது. சாமிக்கண்ணுவின் மாட்டுப்பட்டியும் மெதுவாக விழிக்கத் தொடங்கியது. சாமிக்கண்ணுவின் மாட்டுப்பட்டி அந்த ஊரிலேயே மிகவும் பெரியது. அதில் கன்றுக்குட்டிகள், பசுக்கள், காளைகள் என்று ஏறத்தாழ முப்பதிற்கும் மேற்பட்ட மாடுகள் இருந்தன. சாமிக்கண்ணு நித்திரையால் எழும்ப முன்பு அன்று அந்தப்பட்டியில் ஓர் அவசரமான கலந்துரையாடல் நடக்க ஏற்பாடாகி இருந்தது. பட்டியின் சலசலப்புகள் அடங்கிய பின்னர் பட்டியின் அனுபவம் வாய்ந்த காளையான கறுப்பன் பேசத்தொடங்கியது.

"தோழர்களே!... நாங்கள் இப்பொழுது ஒரு முக்கியமான விடயத்தைப் பற்றி பேசுவதற்குக் கூடி இருக்கின்றோம். நானும் இவ்வளவு காலமாய்ப் பார்த்துக்கொண்டுதான் இருக்கின்றேன். இந்த மனிதர்கள் எங்களுக்கு செய்கின்ற அநியாயங்கள் எல்லை கடந்துவிட்டன. ஒருவரும் இவைகளை எதிர்த்து ஏன் என்று ஒரு சின்னக் கேள்வியைக் கேட்பதுகூட இல்லை. இதனால் அவர்களுக்கு குளிர்விட்டுப் போய்விட்டது. எங்களுக்கும் இந்த மனிதர்களுக்கும் இடையிலான பிரச்சனைகள் அவர்களுடைய இந்து சமயத்திலேயே ஆரம்பமாகின்றது. முழுமுதற் கடவுளாகிய சிவபெருமானுக்கு நாங்கள் வாகனம் என்று எங்களை வணங்குகின்றார்கள். எங்களைப்

புனிதப்படுத்துகின்றார்கள். ஆனால், அதே மனிதர்கள்தான் நாங்கள் தங்களுக்கு உழைக்க வேண்டும் என்பதற்காகவும் நாம் பசுக்களைக் காதல் செய்துவிடுவோம் என்ற பயத்தினாலும் காளைகளாகிய எங்களுக்கு நலம் அடிக்கிறார்கள். ஒரு சிறிய சத்திரசிகிச்சையினால் செய்கின்ற வேலையை எங்கள் பலத்துடன் நேரடியாக மோதாது எங்களின் கால்களைக் கயிற்றால் கட்டி விழுத்திவிட்டு மரத்தடிகளால் எங்கள் விதைகளை நசித்துக் கூழாக்கின்றார்கள். அப்பொழுது எங்கள் உயிர்போய் வரும். அதிகரித்த வலியால் எமது நாக்குத்தள்ளும். எனது குழந்தைக் காளைகளே! நாளை நீங்களும் இதற்குத் தயாராக இருங்கள்" என்று சிறிது இடைவெளிவிட்டு எல்லோரையும் பார்த்தது கறுப்பன். சிறிய காளைக் கன்றுக்குட்டிகள் திகிலுடன் ஒருவரை ஒருவர் பார்த்துக்கொண்டன. மற்றயவைகளும் பசுக்களும் உம்பா ... என்று ஆமோதித்தன. கறுப்பன் தொடர்ந்தது,

"இதை மட்டுமா செய்கின்றார்கள்? நாங்கள் சிறிது துடியாட்டமாக இருந்தால் உடனேயே எங்களைக் கயிற்றினால் கட்டி விழுத்திப் விட்டு இரும்புக் கம்பியை நெருப்பிலே நன்றாகப் பழுக்கக் காச்சிய பின்னர் எமது பின் பக்கத்திலே குறி சுடுகின்றார்கள். அப்பொழுது எமது தோல் எரிந்து அந்த இடமே மணக்கும். நாங்கள் வலியால் கத்துவோம். யாருமே எங்களில் இரக்கப்படார்கள். அத்துடன் நின்றார்களா? எமது மூக்கில் இரு பக்கத்தாலும் துளைகளைப்போட்டு அதன் ஊடாக வலிமையான கயிற்றை நுழைத்துக் கட்டி அதை எப்பொழுதும் தங்கள் நாணயக்கயிறாக வைத்திருக்கின்றார்கள். இது நிரந்தரமான வலியுடன் கூடிய கொடுமையானது. நாங்கள் இவர்களை வண்டிலில் வைத்து இழுத்துக்கொண்டு செல்லும்பொழுதோ அல்லது எம்மீது ஏரைப்பூட்டி வயலில் உழும்பொழுதோ இந்த நாணயக் கயிறுதான் அவர்களுக்கு பிறேக். ஏன் அவர்கள் எங்களுக்கு சொல்வது ஒன்றும் விளங்காதா என்ன?

எனதருமைப் பசுக்களே! உங்களுக்கும் நடப்பது உலகறிந்த விடயமாச்சே? நீங்கள் பசுக்கன்றுகளை ஈன்று அவைகள் தப்பித்தவறி இறந்தால் இவர்கள் செய்வது அநியாயத்தின் உச்சகட்டம். இறந்த பசுக்கன்றை உங்களுக்குக் காட்டாது பொம்மைக் கன்றுக்குட்டியை உங்களுக்கு அருகில் வைத்து நீங்கள் அன்பினால் சுரக்கும் பாலைக் களவெடுக்கின்றார்கள் அல்லவா? நீங்களும் பைத்தியங்கள் போல் அவர்களுக்குப் பாலைக் கொடுக்கின்றீர்கள். உங்கள் நல்ல உள்ளத்தை அவர்கள் மதிக்கின்றார்களா? சொல்லுங்கள் ..." என்று கறுப்பன் கேட்டதும் தங்களுக்குப் பிறந்த கன்றுகளைப் பறிகொடுத்த லச்சுமியும் நந்தினியும் தலைகளை பலமாக ஆட்டியவாறே உம்பா...

என்று பெருங்குரலெடுத்து அழுதன. மற்றயவை அவற்றிற்கு ஆதரவாக நாக்கால் நக்கிக் கொடுத்தன. அவைகளால் அழுகையைக் கட்டுப்படுத்த முடியவில்லை, தொடர்ந்தும் அழுதன.

பட்டியைத் தட்டியெழுப்பும் விதமாகப் பேசிக்கொண்டிருந்த கறுப்பனை கண்களினால் பொங்கிவழிந்த கண்ணீரை தனது நாவினால் தடவியவாறே 'உம்பா ...' என்று இடைவெட்டியது நந்தினி.

'என்ன' என்பதுபோல நந்தினியைப் பார்த்தது கறுப்பன்.

"ஏறுகளாகிய நீங்கள் மட்டுமே பேசுகின்றீர்கள். பசுக்களாகிய நாங்கள் பேசுவதற்கு இடமில்லையா? பட்டியில் கலந்துரையாடல் என்று சொல்கின்றீர்கள். ஓ ... பேச்சில் மட்டும்தானா பசுவுரிமை மற்றும் பெண்ணியம்?" என்று ஒழுங்குப்பிரச்சனையைக் கிளப்பியது நந்தினி. உடனே பட்டியில் நின்றிருந்த அனைத்துப் பசுக்களும்,

"வெல் டண்..." நந்தினி என்று சந்தோச ஆரவாரம் செய்தன.

"உம்பா ..." என்று எல்லோரையும் உறுக்கிய கறுப்பன்,

"கட்டாயம் நந்தினி பேசவேண்டும். இது பொதுப் பட்டி. எல்லோருமே இங்கு கலந்துரையாடலாம். தடை இல்லை. ஏறுகளாகிய நாம் என்றுமே எமது எதிர்பாலினத்தவரை இழிநிலையில் பார்த்ததில்லை" என்றது.

***

'ஆ' சொல்லிய கதை

"வணக்கம் தோழர்களே! நந்தினியாகிய நான் கறுப்பனுடன் சமகாலத்தில் இந்தப் பட்டிக்கு வந்தவள். பசுக்களாகிய எங்களுக்கும் இங்கே பல சித்திரவதைகள் உண்டு. சித்திரவதைகளும் இழிவு படுத்துவதும் ஏறுகளுக்கே உரியது என்று உரிமை கோருவதற்கு எனது கடுமையான கண்டனங்களை இங்கு பதிவு செய்கின்றேன்." பசுக்கள் குளம்பொலி செய்து ஆரவாரம் செய்தன. நந்தினியின் வழியால் வந்த மகள்களும் மகன்களும் பேரர்களும் பூட்டன்களும் பெருமையாக நந்தினியைப் பார்த்தன.

"ஆம் தோழர்களே! நான் இங்கு வந்தபொழுது எனது மகளாகிய லச்சுமியை இயற்கை முறையில் கறுப்பனுடன் கூடிப் பெற்றெடுக்கவில்லை. வெளியில் சொல்லவே வெட்கமாக இருக்கின்றது. அப்பொழுது கறுப்பன் சாமிக்கண்ணுவால் நலமடிக்கப்பட்டிருந்தார். சாமிக்கண்ணு ஒரு பிரபலமான மிருக

வைத்தியரை அழைத்து வந்து நான் வலியால் துடிக்கத் துடிக்க செயற்கை முறையில் யாரோ ஊர் பெயர் தெரியாதவனுடைய விந்தை ஊசி மூலம் போட்டு லச்சுமியைக் கருத்தரிக்கச் செய்தார். ஆம் தோழர்களே! நான் பெற்றெடுத்த பிள்ளைகளும் யாரோ ஊர் பெயர் தெரியாதவனுடையது. எண்ணிப்பாருங்கள் தோழர்களே! இந்த சாமிக்கண்ணுவினால் நான் பசுவாகப் பிறந்த குற்றத்துக்காக எனது உடல் இச்சைகள் மறுக்கப்பட்டிருக்கின்றன. நான் இதுவரைக்கும் ஆசையுடன் ஓர் ஏறுடனாவது தழுவியதில்லை. எம்மைப் போன்ற பசுக்களுக்கு இந்த மிருக வைத்தியர்கள் செய்கின்ற கேவலமான வேலைகளால் எமது கர்ப்பப்பைகள் எங்கோ இருப்பவனுடைய விந்துகளையெல்லாம் கொட்டுகின்ற குப்பைக் கிடங்காகப் போய்விட்டது. நாங்கள் வெறும் கன்றுக்குட்டிகளை தாங்குகின்றவர்க்காகவே இவர்களால் உருவாக்கப்பட்டிருக்கின்றோம். வேறு ஒருவனுடைய மரபணுக்களே எமது ரத்தத்தை மாற்றி எமது சக்திக்கு மேலாக அதிக பாலை சுரக்கச் செய்கின்றது. சாமிக்கண்ணு ஒன்றும் எங்களில் வைத்திருக்கின்ற அன்பினால் எங்களில் அதிக கவனம் எடுக்கவில்லை. இல்லாவிடில் இறந்த எனது மகளான பால்குடி மாறாத வெள்ளைச்சியை எனது கண்ணில் காட்டாது பொம்மைக் கன்றுக்குட்டியை காட்டி எனது பாலை ஒட்ட உறிஞ்சியிருப்பானா சாமிக்கண்ணு? சொல்லுங்கள்...

அத்துடன் நின்றானா? நாங்கள் புல்லையும் இலைகுழைகளையும் சாப்பிட்டு எவ்வளவு காலம் சொல்லுங்கள்? வரட்டியான வைக்கலையும் பால் அதிகம் சுரக்கவென்று செயற்கை முறையில் தயாரிக்கப்பட்ட உணவையும் தருகின்றார்கள். எங்கள் நாக்குகள் இயற்கை உணவுகளுக்காக ஏங்குகின்றன. ஒருபுறத்தில் இந்த மனிதர்கள் எங்களை தெய்வமாக வணக்கியவாறே மறுபுறத்தால் எங்களை இறைச்சிக்காகக் கொல்கின்றார்கள். எவ்வளவு முரண்பாடு இது? அந்த மரணத்தைக்கூட எமக்கு அவர்கள் சுலபமாகத் தருவதில்லை. மிகவும் கொடூரமாக எமது தலையில் அடித்தே கொல்கின்றார்கள். இவர்கள் அட்டூழியங்கள் எல்லை மீறுகின்றன. எங்கள் ஒற்றுமையும் எதிர்ப்புகளும் சரியாக இருந்தால் இவர்கள் எங்கள் மீது கை வைக்கப் பயப்பிடுவார்கள்" என்று நந்தினி பேசி முடித்ததும்,

"உம்பா..." என்று அனைத்துப் பசுக்களும் அலறின. நாங்கள் இவ்வளவு காலமும் கறுப்பன்தானே எமது அப்பா என்று எண்ணிக்கொண்டிருக்கின்றோம். நாங்கள் அப்பா பெயர் தெரியாதவர்களா? சாமிக்கண்ணுவை விடக்கூடாது. அவனைப்போன்றவர்களுக்கு நாங்கள் பாடம் படிப்பிக்க வேண்டும் என்று ஆவேசமாகக் கால்களைத் தரையில் உதைத்து ஒலியெழுப்பின.

★★★

எழுச்சி

நந்தினியின் பின்னர் கறுப்பன் தனது பேச்சை மீண்டும் தொடர்ந்தது,

“இந்த மனிதர்கள் மற்றவர்கள் முன் தங்களது வறட்டுத்தனமான பந்தாவைக் காட்டுவதற்கு காளைகளாகிய எங்களை அடக்கின்றோம் என்று ஏறுதழுவல் போட்டி வைக்கிறார்கள். அதிலும் எங்களைச் சித்திரவதையே செய்கின்றார்கள். எங்களுக்குக் கோபத்தையும் வெறியையும் கொண்டுவருவதற்காக சாராயத்தை வலிந்து பருக்குக்கின்றார்கள். எங்களது வாலை முறுக்கு முறுக்கென்று முறுக்கி எமக்கு வலியை ஏற்படுத்திய பின் எமது குண்டியில் குத்தூசியால் ரத்தம் வரும் வரைக்கும் குத்திவிட்டு வாடிக்கதவை திறக்கின்றார்கள். காளைகளாகிய நாம் இவர்களுக்கு என்ன பாவம் செய்தோம்? நாம் மாடுகளாகப் பிறந்தது எமது குற்றமா? ஒருபுறத்தால் எங்களை வணங்கியவாறே எமது இனத்தையே சித்திரவதை செய்கின்றார்கள். எமக்குப் பேசத் தெரியாதது எமது குற்றமா? இவர்களுக்கு எமது வாழ்நாள் முழுவதும் உழைத்தவாறுதானே இருக்கின்றோம்?

தோழர்களே! சாமிக்கண்ணுவைப் போன்றவர்களின் கொடுமைகள் எல்லை மீறுகின்றன. உங்களுக்குத் தெரியுமா வெளிநாட்டுப் பெரிய பெரிய பால் கம்பெனிகள் ஆராய்சிகள் செய்து மரபணு மாற்றங்கள் மூலம் பாரம்பரியமான ஏறுகளான எங்களை விட தாங்கள் விரும்பியவாறு புதிய வடிவத்துடன் வீரியமான காளைகளை உருவாக்குகின்றார்கள். இந்தக்காளைகளது விந்துக்களை எடுத்து நாங்கள் வாழுகின்ற நாடுகளில் இருக்கின்ற பசுக்களில் செயற்கை இனப்பெருக்கம் மூலம் கன்றுக்குட்டிகளை உருவாக்குகின்றார்கள். இதனால் எங்கள் நாடுகளின் பாரம்பரியமான பசுக்கள், காளைகள் வலுகட்டாயமாக அழிக்கப்படுகின்றன. இதையும் நாங்கள் கவனத்தில் எடுத்துக்கொள்ள வேண்டும். இந்த ஏறுதழுவல் போட்டியை நிரந்தரமாகத் தடை செய்யப்போவதாக அரசாங்கம் சொல்லியிருக்கின்றது. ‘மிருகவதை’ என்று இவர்கள் அரிதாரம் பூசினாலும் அதன் உள்ளே இருக்கின்ற விடயம் பயங்கரமானது. எமது இனத்தையே பூண்டோடு அழிக்க வல்லது. ஆகவே தோழர்களே! எம்மால் இனியும் இந்த மனிதர்களது சித்திரவதைகளைப் பொறுக்கமுடியாது. அவர்கள் எமக்கு ஏற்படுத்துகின்ற இந்த சித்திரவதைகள் எங்களது பரம்பரையுடன் போகவேண்டும். எமது வலிமையையும் ஒற்றுமையையும் இந்த மனிதர்களுக்குத் தெரியப்படுத்த வேண்டும். இம்முறை வருகின்ற ஏறுதழுவல் போட்டியில் நாம் யார் என்பதை இந்த மனிதர்கள் அறிந்துகொள்ள

வேண்டும். இம்முறையும் என்னைத்தான் ஏறுதழுவல் போட்டிக்கு முதலாவது காளையாக தெரிவு செய்வார்கள். நானே இவர்களுக்கு நல்ல பாடம் புகட்டுகின்றேன். இதற்கு நீங்கள் மட்டுமல்ல எம்மவர்கள் அனைவரினதும் ஆதரவு எனக்கு வேண்டும்" என்று கூறிக் கறுப்பன் தனது பேச்சை முடித்துக்கொண்டது. பட்டியில் இருந்த மாடுகள் அனைத்தும் சந்தோச ஆரவாரத்துடன் "உம்பா..." என்றன. கன்றுக்குட்டிகள் சந்தோசத்தில் ஆரவாரமாக "வீ சப்போட் யூ" என்றன. கறுப்பனின் பேச்சு அந்த ஊரில் இருந்த அத்தனை பட்டிகளுக்கும் சாமிக்கண்ணுவின் பட்டியில் இருந்த கன்றுக்குட்டிகளால் மின்னல் வேகத்தில் பரப்பப்பட்டது. மனிதர்களுக்குத் தெரியாது அங்கே சத்தம் சந்தடியின்றி ஒரு 'புரட்சி' அந்த ஊரில் வெடிப்பதற்குத் தயாராகக் கொதிநிலையில் இருந்து கொண்டிருந்தது.

★★★

ஏறு தழுவல்

எல்லோரும் ஆவலுடன் எதிர்பார்த்த அந்தக்காளையடக்கும் போட்டிநாளும் வந்தது. ஏறுதழுவலில் வழமைபோலவே சாமிக்கண்ணுவின் பட்டியில் இருந்த கறுப்பன் காளை முதலாவது ஏறுதழுவலுக்குத் தெரிவானது. அதற்குக் காரணமும் உண்டு. சாமிக்கண்ணுவின் ஊரைச்சுற்றி உள்ள அனைத்து குறிச்சிகளிலும் கறுப்பனே பிரபல்யமானது. அதனது உயரமும் அதற்கேற்ப திமிர்த்த தசைகளின் கூடிய வாளிப்பான தோற்றமும் சிறுகுன்று போல சற்றே வளைந்த திமிர்த்த திமிலும் நீண்ட கொம்புகளும் எந்தப்பெரிய சூரனையும் கலங்க வைக்கும். கறுப்பனின் நாளாந்த உணவே எள்ளுப்புண்ணாக்கும் பச்சையரிசிக் கஞ்சியுமாக இருந்தது. அத்துடன் வைக்கோல்களைவிட அதற்கு சம்பு புல்லே கொடுக்கப்பட்டது. கறுப்பனைத் தனது சொந்தப்பிள்ளையைப்போல வளர்ப்பதற்கு சாமிக்கண்ணு தனது வாழ்நாளில் பெரும்பகுதியை செலவழித்திருந்தார்.

அந்தத் திமுக்கம் மைதானம் சனவெள்ளத்தால் திமிறிக் கொண்டிருந்தது. ஏறுதழுவல் தடையை எதிர்த்து நடக்கும் நிகழ்வு என்பதாலும் முதலமைச்சரே நேரில் வந்து வாடிவாசலைத் திறப்பதாலும் புதினம் பார்க்கச் சனம் அலைமோதியது. சாமிக்கண்ணு கறுப்பனின் கொம்புகளை நன்றாகச் சீவி கூராக்கி வைத்திருந்தார். அவர் ஒருமுறை கறுப்பனின் கொம்புகளின் கூரைத் தனது கைகளை வைத்துப் பரிசோதனை செய்துகொண்டார். கர்வத்தினால் அவரின் உடல் ஒருமுறை சிலிர்த்துத் தனது மீசையை முறுக்கிக்கொண்டார்.

அவரது எடுபிடிகள் கறுப்பனை ஏறுதழுவலுக்குத் தயார்ப்படுத்திக்கொண்டிருந்தனர். சாமிக்கண்ணு அதட்டி உருட்டி அடிபொடிகளை உசுப்பேற்றி வேலை வாங்கிக் கொண்டிருந்தார். ஒரு தீர்மானத்துடன் கறுப்பன் நடப்பவை எல்லாவற்றையும் அமைதி காத்துப் பார்த்துக்கொண்டிருந்தது. எடுபிடிகள் கறுப்பனுக்கு நெற்றியில் சந்தனப்பொட்டும் குங்குமப்பொட்டும் பெரிய அளவில் வைத்தனர். பின்னர் அதன் கழுத்தில் ஒரு மாலை போடப்பட்டது. அவர்களால் கறுப்பனுக்கு வெளிநாட்டில் இருந்து இறக்கிய இரண்டு போத்தில் திறமான வடிகட்டிய சாராயம் வலுக்கட்டாயமாக பருக்கப்பட்டது. சாராயம் குடித்த நேரம் தொட்டு கறுப்பனின் உடலில் மாறுதல்கள் ஏற்படத்தொடங்கின. தனது இனத்தை சித்திரவதை செய்தவர்கள் முகங்கள் அதன் மனத்திரையில் ஓடின. கண்கள் கோபத்தில் அனல் கக்கின. அதன் திமில் விடைத்து நின்றது. கறுப்பன் ஆக்ரோஷமாக தனது முன்னங் கால்களால் நிலத்தைக் கிளறத்தொடங்கியது. இரு அடிப்பொடிகள் கறுப்பன் அதிகம் திமிறாது கறுப்பனின் கொம்புகளை இறுக்கிப் பிடித்து இருந்தனர். அதேவேளை இருவர் அதனுடன் செல்லக்கதைகள் கதைத்தவாறே கழுத்துப் பக்கத்தைத் தடவிக்கொண்டிருந்தனர். பிரதமவிருந்தினரான முதலமைச்சர் வாடிவாசலுக்கு அருகில் வந்து நின்றுகொண்டார். அறிவித்தல் கிடைத்ததும் சாமிக்கண்ணுவின் அடிப்பொடிகள் கறுப்பனின் வாலைப் பலமாக முறுக்க சாமிக்கண்ணு கையில் இருந்த குத்தூசியினால் பின்பக்கத்தில் சரமாரியாக குத்தினார். வலியினால் துடித்த கறுப்பன் அதன் பலமனைத்தையும் திரட்டி முன்னங்கால்களில் தனது பாரத்தை நிலைகுத்தி பின்னங்கால்களால் சாமிக்கண்ணுவின் வயிற்றைக் குறிவைத்து உதைத்தது. சாமிக்கண்ணு அலங்கமலங்க மல்லாந்து விழுந்தார். முதலமைச்சர் வாடிவாசலை திறக்க வெறியுடன் கிளம்பிய கறுப்பன் அருகே நின்ற முதலமைச்சரின் வயிற்றுக்கு நேராக இலக்கு வைத்து தனது கொம்புகளால் ஒரே எத்தில் அவரை ஏற்றி தட்டமாலை சுற்றிக் கீழே போட்டு மிதித்துவிட்டு மைதானத்தில் நுழைந்தது. கறுப்பனின் பின்னால் ஓடியவர்களை அது அரைவட்டம் அடித்து மீண்டும் திரும்பி புழுதி கிளம்ப அவர்களது வயிற்றை இலக்குவைத்துப் பாய்ந்தது. அதன் பாய்ச்சலில் குறி தப்பவில்லை. பின்னர் கறுப்பன் அருகே இருந்த காட்டை நோக்கிப் புழுதியைக் கிளப்பியவாறு ஓடி மறைந்தது.

- ஜீவநதி, 10 மாசி 2017

○ ○ ○

வெள்ளி 13

முடிவு

ஹொப்பித்தால் ஃவிஷா (L'hopital Bichat) அந்த ஆஸ்பத்திரியின் அவசரப்பிரிவு பலரின் அழுகுரலில் திணறியது. மதுமிதா செய்வதறியாது அழுதவாறே நின்றிருந்தாள். இந்த அல்லோல கல்லோலத்திற்குள்ளும் ஆஸ்பத்திரியின் அந்தப் பிணவறையில் அமைதியின் ஆட்சி அள்ளித்தெளிந்திருந்தது. அந்த நீண்ட அறையின் சலவைக்கற்கள் பதித்த தரையின் மேல் பலவகை அடுக்குகளில் இழுப்பறைகள் இருந்தன. இழுப்பறைகளின் முனையில் இருந்து மறை 20 பாகை உறைகுளிரின் வெண்புகை கசிந்து கொண்டிருந்தது. சில மணித்துளிகளுக்கு முன்பு ஆயிஷா, சுலைமான், டோலி, ரத்தினசிங்கம் என்ற ரட்ணா என்று நால்வராக இருந்த நாங்கள் இப்பொழுது 'அவைகளாக' இலக்கங்களுடன் இழுப்பறைகளில் உறைந்து போயிருந்தோம். இந்த இலக்கங்கள் எல்லாமே முழு உருவங்களாக இல்லாது குவியல்களாக இருந்தன. பின்னர் அவை மருத்துவர்களால் சீர்செய்யப்பட்டு உருப்பெறலாம்.

* * *

அல்ஜீரியாவின் வடக்கு பிராந்தியமான கபிலி-யில் (Kabylie) மார்க்க சிந்தனைகளில் ஊறித்திளைத்த அபூபக்கர் பாத்திமா தம்பதியின் மூத்த புதல்வியாக பிறந்த ஆயிஷா பாரிஸ் வந்து பதினைந்து

கோடைக்காலங்களைக் கடந்து விட்டாள். தானும் தன்பாடும் என்றிருந்த ஆயிஷா கோடை விடுமுறையின் பொழுது தனது அப்பா அம்மாவைப் பார்ப்பதற்காக அல்ஜீரியா சென்றிருந்தவேளை, நீண்ட காலத்தின் பின்னர் தனது கல்லூரித்தோழனான சுலைமானை ஒரு தேனீர்விடுதியில் சந்தித்தாள். அந்தத் தேநீர் விடுதி கபிலியின் பரபரப்பான பகுதியில் அல்லாது சிறிது ஒதுக்குப்புறமாக இருந்தது. அதனைச் சுற்றி நடுகை செய்யப்பட்ட பல்ம் மரங்கள் சடைத்து நின்றன. அதன் மேலே ஈச்சைகள் குலைகளாக வெளியே தள்ளிக்கொண்டு இருந்தன. அவர்கள் தேநீர் விடுதியின் இடது பக்க ஓரத்தில் அநாதரவாக இருந்த மேசை ஒன்றைத் தெரிவு செய்தனர். தேநீர் விடுதியின் உள்ளே இருந்து பார்க்கும்பொழுது தூரத்தே தெரிந்த "ரிசி ஒசு (*Tizi Ouzou*)" மலை முகட்டில் இருந்து கபிலியை இணைக்கும் நெடுஞ்சாலை வளைந்து வளைந்து இருந்தது. அதில் அங்கொன்றும் இங்கொன்றுமாக வாகனங்கள் கபிலிக்கு இறங்கி வந்து கொண்டிருப்பது தெரிந்தது. 'ரிசி ஒசு-வின்' அருகே கடந்த இரவு வீசிய மணற் புயலால் மண் கும்பிகளாக உயர்ந்து இருந்தன. மீண்டும் பலத்த காற்று வீசும்பொழுது அவை தம்மை உருமாற்றம் செய்யக்கூடும்.

சுலைமான் முகத்தில் அடர்தாடி அப்பியிருந்தது. அவனது உடலை ஒரு வெள்ளை நிற நீண்ட அங்கி மறைத்திருந்தது. தலையை ஒரு தொப்பி மறைத்திருந்தது. மொத்தத்தில் அவனது சிவந்த முகமே ஆயிஷாவுக்குத் தெரிந்தது. அவன் சாதாரண இளைஞனாக இல்லாது சராசரி இஸ்லாமியனாகவே இருந்தான். அந்தத் தேனீர்விடுத்திச் சந்திப்பில்தான் அப்பாவியான ஆயிஷாவின் வாழ்வு திசை மாறப் போவதை அவள் அறிந்திருக்கவில்லை. சுலைமான் முகத்தில் சிந்தனை ரேகைகள் படர ஆவி தள்ளிய தேனீரையும் வெளியே இருந்த தெருவையும் வெறித்துப் பார்த்துக்கொண்டிருந்தான். அவள் அவனது அமைதியைக் குலைக்க விரும்பி,

"நீ இப்பொழுது முன்பு போல் இல்லை."

"எப்படியில்லை?"

"படிக்கும்பொழுது எவ்வளவு கலகலப்பாய் இருப்பாய்?"

"நாம் நினைப்பது போலவா வாழ்க்கை அமைக்கின்றது?"

"ஏன் நன்றாகத்தானே இருக்கிறாய்?"

"நாம் மட்டும் இருந்தால் சரியாகப் போகுமா? எம்மைச் சுற்றியுள்ளவர்களைப் பார். எவ்வளவு இழிநிலையில் இருக்கின்றார்கள்?"

"ஏன் எல்லோரும் நன்றாகத்தானே இருக்கின்றார்கள்?"

"இந்த பிரெஞ் வெள்ளை நாய்கள் எங்கள் நாட்டிலும் அக்கம் பக்கம் நாடுகளிலும் எங்களைப் படுகொலை செய்வது உனக்குத் தெரியவில்லையா? இவர்களை எல்லாம் ஓட ஓடக் கொழுத்தி எரிக்கவேணும். இதைப் புனிதப்போரால்தான் செய்ய முடியும்" என்று கண்கள் பிதுங்க தொடர்ந்த சுலைமானை இடைவெட்டிய ஆயிஷா,

"எமது மார்க்கத்தில் இப்படியெல்லாம் இல்லை. உன்னை யாரோ சரியாகக் குழப்புகின்றார்கள். வயதான உனது அம்மாவை தவிக்கவிடாதே" என்ற அவளை கண்வெட்டாமல் பார்த்துக்கொண்டிருந்த சுலைமானின் மூளை வேறுவிதத்தில் செயல்பட்டு கொண்டிருந்தது.

"உன்ரை பாரிஸ் ரெலிபோன் நம்பரை ஒருக்கால் தா" என்று வாங்கி குறித்துக் கொண்டான்.

★★★

அமெரிக்காவின் வெர்ஜினியாவைச் சேர்ந்த அந்த வீடு குழந்தைகளின் கலகலப்பால் அமளிதுமளிப்பட்டது. ஜோனஸ் சாரா தம்பதியும் தங்களது குழந்தைகளுடன் குழந்தைகளாக மாறியிருந்தனர். அந்த வீட்டில் ஒரு புதிய வரவு வருவதற்குத் தயாராகிக் கொண்டிருந்தது. குழந்தைகளுக்கு வரப்போகும் புதிய வரவுக்கு என்ன பெயர் வைப்பது என்ற குழப்பங்களே மிஞ்சி இருந்தன. நிறைமாதக்கர்ப்பணியான மிமி அந்த வீட்டின் வெளிப்புறத்தே ஒரு மூலையில் இருந்த சிறிய கூட்டினுள் படுத்திருந்து. குழந்தைகளது விளையாட்டில் தானும் விளையாட முடியாத ஆயாசத்தால் அவர்களைப் பரிதாபமாகப் பார்த்துக் கொண்டிருந்தது. எதற்கும் கைகாவலாக ஜோனஸ் தனது நண்பனான டொக்டர் நிகேலையும் அழைத்து வந்திருந்தான். நிகேலின் உதவியுடன் அன்று இரவே மிமி கருப்பு நிறத்தில் ஒருசில நிமிட இடைவெளிகளில் மூன்று குட்டிகளை ஈன்றது. அருகில் இருந்த நிகேல் குட்டிகளைப் பார்த்து விட்டு,

"ஹேய் ... ஜோனஸ் யு கொட் த்ரீ போய்ஸ்."

குட்டிகளின் அழகில் மயங்கிய அவன் தனக்கொன்றை எடுத்துக் கொண்டான். நிகேலின் ஆலோசனையின்படி மூத்த குட்டிக்கு 'டோலி' என்று பெயர் வைக்கப்பட்டது. காவல் துறையில் இருந்த ஜோனஸின் பராமரிப்பில் சில மாதங்களிருந்த டோலி, பிரான்ஸ் காவல்துறையின் சிறப்பு கொமோண்டோ படையணிகளின் பொறுப்பாளர் பாஸ்கலின் விசேட அழைப்பின் பேரில் பிரான்ஸ் பயணமாகியது. பல சிறப்புப் பயிற்சிகளைப் பெற்ற டோலி கமாண்டோ படையணிகள் உற்ற தோழனாகவும் நம்பிக்கை நட்சத்திரமாகவும் தன்னை வளர்த்துக்கொண்டது.

***

வெறும் ஆறே மாதத்தில் மதுமிதாவைக் கலியாணம் கட்டிய ரட்ணா பாரிஸின் சாதாரண தமிழ் சனங்களின் இயல்புடன் பத்துடன் பதினொன்றாக இருந்தான். ஆம் ... அவன் ஒரு பிரெஞ் அருந்தகத்தில் பார்மன் (Barman) ஆக வேலை செய்து கொண்டிருந்தான். கடந்த இருபது வருடங்களாக அந்த அருந்தகமே அவனது சொர்க்க புரியாக இருந்தது. சிறிய வயதில் தந்தையைப் போருக்குப் பறிகொடுத்து தன்னுடன் கூடப்பிறந்த சகோதரிகளுக்கு ஒரு வாழ்க்கையை ஏற்படுத்திக் கொடுக்குமட்டும் தன்னை ஒறுத்து முப்பத்தி ஏழாவது வயதில் மதுமிதாவைக் கலியாணம் செய்திருந்தான். பக்கத்தில் மதுவென்ற போதை இருந்தாலும் அதனை முழுதாக அனுபவிக்க வக்கில்லாதவகையில் அவனது வேலை நேரம் இரண்டு நேரங்களாக இருந்தது. அவளைவிட அவனே இதுபற்றி அதிகம் கவலை கொண்டவனாக இருந்தான். எங்கே அவளைத் தன்னால் சந்தோசப்படுத்த முடியாமல் போய் விடுமோ என்ற ஆண்மையச் சிந்தனை அவனைக்கலங்கடித்தது.

அவன் வேலை செய்த பாரில் ஒவ்வொரு வெள்ளிக்கிழமை பின்னேரங்களிலும் "ஹப்பி அவேர்ஸ்" என்றொரு நேரம் உண்டு. கிழமை நாட்களில் வேலை செய்து அலுத்துக் களைத்த வெள்ளையர்கள் ஆண் பெண் பேதமின்றி கிழமைமுடிவைக் கொண்டாட அன்றிரவே தயாராகுவார்கள். பியரும் கொக்டெயிலும் இளையவர்கள் கையில் கஞ்சாவும் தாராளமாகவே புழங்கும். ரட்ணாவுக்கு ஒவ்வொரு வெள்ளிக்கிழமையும் உயிர் போய் வரும். ஆனாலும் அவனது முதலாளியின் அதிகப்படியான சம்பளமும் வாடிக்கையாளர்களது டிப்ஸ் காசும் அவனது உடல் வலிகளை மறக்கடித்திருந்தன.

***

சுலைமான் 'இப்றகீம்' என்ற பெயரில் கபிலியில் இருந்து புறப்பட்டு பிரான்ஸ் வந்து வருடம் ஒன்றைக் கடந்து விட்டிருந்தான். அவன் சார்ந்த ஜிகாத் இயக்கமான இ.பொ.மு-வின் பணிப்புக்காக பிரான்ஸ் வந்து முதலில் பிரான்ஸின் தென்கோடியில் உள்ள 'மார்செய்ல்' நகரில் சில காலம் இருந்தான். பின்னர் கட்டளைப்பீடத்தின் உத்தரவின்படி பாரிஸ் வந்துவிட்டான். இப்பொழுது அவன் ஒரு கைதேர்ந்த கெரில்லா போராளி. சிரியாவில் விசேட பயிற்சி பெற்றவன். நவீனபாணி கனரக ஆயுதங்களைப் பாவிப்பதிலும், தாக்குதல்களுக்கு ரெக்கி எடுப்பதிலும், அதியுயர் அழுத்தமான வெடிகுண்டுகளை(சக்கைகளை) தயாரிப்பதிலும் இ.பொ.மு-வில் இவன் தனிக்காட்டு ராசா. அவனைச் சுட்டுப் பொசுக்கினாலும் அவனிடம் இருந்து ஒரு உண்மையையும் எடுக்கமுடியாத விசேட தகமைகளால் இ.பொ.மு ஒரு முக்கிய காரியத்துக்காக சுலைமானை பிரான்ஸ் அனுப்பி வைத்திருந்தது. சுலைமான் பல முக்கிய ரெக்கிகளை இ.பொ.மு-வுக்கு அனுப்பிக்கொண்டே அதன் புதிய உத்தரவுக்காகக் காத்திருந்தான். நேரகாலம் வரும் வரைக்கும் அவன் ஆயிஷாவுடன் தொடர்புகளை எடுக்க விரும்பவில்லை.

★★★

நிகழ்வு 01

அன்றைய வெள்ளிக்கிழமை ரட்ணாவுக்கும் மதுமிதாவுக்கும் திருமண நாளாக விடிந்தது. முதல்நாள் இரவே முதலாளியிடம் இரண்டு மணித்தியாலங்கள் முன்னதாக சொல்லிவிட்டு வீடு வந்த ரட்ணாவுக்கு அன்று என்னமோ மதுமிதா மிகவும் அழகாக இருந்ததுபோல இருந்தது. இது சிலவேளைகளில் அவன் கொஞ்ச நேரத்துக்கு முதல் முதலாளியுடன் சேர்ந்து குடித்த சிவந்த சோமபானத்தின் எதிர் விளைவுகளில் ஒன்றாகவும் இருக்கலாம். அவளும் ஒரு மார்கமாகவே இருந்தாள். ஹோர்மோன் சுரப்புகள் இருவர் பக்கத்தாலும் கலவையில் வேறுபட முயங்கலில் கட்டில் போர்க்களமாக மாறியது. காலையில் முயங்கிய களைப்பில் நித்திரையாகி இருந்த மதுமிதாவைக் குழப்பாது வேலைக்குச் செல்வதற்காக குளியலறைக்குள் புகுந்துகொண்டான். அவன் குளித்து முடித்து வெளிக்கிட்டு வெளியால் வர இரண்டு கப்புகளில் கஃபேயுடன் அவள் ஒரு கள்ளச் சிரிப்புடன் நின்றிருந்தாள். ரட்ணா கஃபேயை அவசரமாகக் குடித்துவிட்டு அவளது நெற்றியில் ஒருமுத்தத்தைப் பதித்துவிட்டு வேலைக்கு ஓடினான்.

வழக்கத்தைவிட அந்த வெள்ளிக்கிழமை மாலை அருந்தகத்தில் கூட்டம் குறைவாகவே இருந்தது. அதற்குக் காரணமும் இல்லாமல் இல்லை. வெள்ளிக்கிழமைகளில் பதின்மூன்றாம் திகதி வந்தால் அது அபசகுனமான நாள் என்ற செய்தி பிரெஞ் மக்களின் மனதில் காலங்காலமாகப் பதியப்பட்டதாகும். ஆனாலும், இளசுகளின் வருகை அந்த அருந்தகத்தைக் கலகலப்பாக வைத்திருந்தது. இரவு நேரம் பதினொன்றரையைத் தாண்டும்பொழுது உச்சஸ்தாயியில் வந்த பாட்டும் அதற்கேற்ற இளசுகளின் நடனங்கள் என்றும் அந்த அருந்தகம் உச்சத்தில் அதிர்ந்து கொண்டிருந்தது. அருந்தகத்தில் ரட்ணா பம்பரமாக நின்றிருந்தான். அவனுடன் உதவிக்காக அலெக்ஸ்-உம் சேர்ந்து கொண்டாள்.

***

ஒரு கறுப்புநிற றெனோ கார் அந்த அருந்தகத்தை மூன்று தடவைகள் கடந்து சென்று கொண்டிருந்தது. அதை சுலைமானின் நண்பன் முஸ்தபா ஓட்டிக்கொண்டிருந்தான். அந்தக் காரின் டிக்கியினுள் சுலைமானின் செய்நேர்த்தி கலக்கலாக இருந்தது. அருந்தகத்தில் நின்றிருந்த ரட்ணாவுக்கு இந்த றெனோவின் வழமைக்கு மாறான சுற்றுகை ஒருவிதமான சஞ்சலத்தைக் கொடுத்தது. ஆனாலும் பார்க்கிங் கிடைக்காமல் வாடிக்கையாளர்கள் யாராவது அலைந்து கொண்டிருப்பார்கள் என்று அவன் அலையும் மனத்தைத் தேற்றிக்கொண்டான். சுலைமானின் உத்தரவு கிடைத்ததும் நான்காவது சுற்றில் அருந்தகத்தை அண்மித்திருந்த அந்த றெனோ மின்னல் வேகத்தில் பாரின் எதிர்ப்பக்கம் திரும்பி நுழைவாயிலை உடைத்துக்கொண்டு சென்று வெடித்தது. அருந்தகம் கரும்புகையினால் சூழப்பட்டு ரணகளமாக மாறியது.

***

நிகழ்வு 02

அன்றைய மாலைப்பொழுதில் சுலைமான் தனது அலைபேசியினால் ஆயிஷா முன்பு கபிலியில் தந்த தொலைபேசி இலக்கத்துக்கு தொடர்பை ஏற்படுத்தினான். அழைப்பு சென்று கொண்டிருந்தது.

“ஹலோ...”

“நான் சுலைமான் பேசிறன்.”

“ஓ ல்லா... நீ எங்கை நிக்கிறாய்?”

"பாரிசிலைதான் நிக்கிறன். உன்னைப் பாக்க வேணும் போலை கிடக்கு."

"எப்ப பிரான்சுக்கு வந்தனி? நீ ஏன் எனக்கு சொல்லேலை?"

"உனக்கு நேரை சொல்லுறன்."

"சரி இப்பவாவது என்ரை நினைப்பு வந்துதே. உடனை வீட்டை வா."

"அட்ரஸை சொல்லு."

அட்ரஸைக் குறித்துக்கொண்டு சுலைமானின் கரியநிற மெர்ஸ்டெஸ் பென்ஸ் செயின்டெனியில் இருக்கும் அவளது வீடு நோக்கிச் சென்றது. ஆயிஷாவின் வீட்டை அடைந்த அவன் வழக்கத்தைவிட கலகலப்பாக ஆயிஷாவுடன் பழைய கதைகளைக் கதைத்துக்கொண்டிருந்தான். ஆயிஷாவும் அவனின் பகிடிக்கதைகளை தன்னிலைமறந்து கேட்டுக்கொண்டிருந்தாள். இடைக்கிடை அவன் அவளது ரொயிலெட்-க்குள் சென்று அவனது அலைபேசியில் செய்திகளைத் தனது நண்பர்களுக்கு குறுஞ்செய்திகளாக அனுப்பிக் கொண்டிருந்தான். அவனது மேற்பார்வையில் அதுவரை பாரிஸின் பல்வேறு இடங்களில் அவனது நண்பர்கள் வெற்றிகரமாக தங்கள் உயிரிழப்புகளுடன் பாரிய தாக்குதல்களை நடாத்தி விட்டிருந்தனர். எல்லாத்திலும் சூராதி சூரனான அவனுக்கு அப்பனுக்கு அப்பர்களும் பிரெஞ் உளவுத்துறையில் இருப்பார்கள் என்பது ஏனோ தெரியாமல் போனது. அவனது அலைபேசி உரையாடல்களை அட்சரம் பிசகாது ஒட்டுக் கேட்டிருந்த அவர்கள் அவனுக்கு செயின்டெனியில் முடிவுரை எழுதத் தயாரானார்கள்.

★★★

அதிகாலை இரவு அந்தச் சுற்றுச்சூழல் நிகழப்போகும் விபரீதத்தை அறியாது அமைதியாக இருந்தது. ஆழ்ந்த உறக்கத்தில் இருந்த சனங்களின் உறக்கத்தைக் கெடுக்காது மூன்றே தளங்களைக் கொண்ட அந்தத் தொடர்மாடிக் கட்டடத்தை பயங்கரவாதத் தடுப்புக் கொமாண்டோக்கள் தமது கட்டுப்பாட்டிற்குள் வைத்திருந்தார்கள். தொடர்மாடிக் கட்டடத்தின் கூரையிலும் பக்கவாட்டிலும் முன்பாகவும் அவர்கள் தயார் நிலையில் நிரவியிருந்தார்கள். அவர்களது முகங்கள் உருமறைப்பு செய்திருந்தன. அந்த பிரதேசத்தின் மின்சாரம் தற்காலிகமாக இடைநிறுத்தப்பட்டிருந்தது.

அவர்களது கருத்த சீருடை இருட்டுடன் இருட்டாக இருந்தது. அவர்களுக்குள் சைகை மொழியே வழக்காக இருந்தது.

எடுவாவின் கைகளில் இருந்த டோலி திமிறிக்கொண்டு இருந்தது. அது சத்தமிட்டு நிலைமையை குழப்பிவிடுமே என்பதற்காக அதன் வாய் தோல் மூடியினால் கட்டப்பட்டிருந்தது. எல்லோருமே அணியின் தலைவன் பஸ்காலின் சமிக்கைக்காகக் காத்திருந்தார்கள். பஸ்கால் உளவுத்துறையின் உத்தரவு கிடைத்ததும் கைகளை உயர்த்தினான். கதவின் பக்கத்தில் இருந்தவன் கதவை உடைக்க, எடுவாவின் கைகளில் இருந்து விடுபட்ட டோலி முன்னால் பாய்ந்து சென்ற அதேவேளை தொடர்மாடிக் கட்டடத்தின் உள்ளே இருந்து வெடித்த வெடியினால் எல்லோருமே குவியலாகினார்கள். மறுநாள் பத்திரிகைகளில் தலைப்புச் செய்திகளாக டோலியே முக்கியமாகப் படத்துடன் இருந்தது. சனங்கள் அதற்கு மெழுகு திரியும் மலர்வளையங்களும் சாத்திக்கொண்டிருந்தனர்.

கலவை வீதம்

99 வீதம் உண்மை 01 வீதம் கற்பனை.

- மலைகள், 19 தை 2017

o o o

ஆக்காட்டி

புதிதாகத் திருமணம் செய்த தம்பதிகளுக்கும் காதலர்களுக்கும் இனிமையாக இருந்துவந்த தொலைபேசியானது நான் புலம் பெயர்ந்த நாட்களில் இருந்து எனக்கு ஒவ்வாமையாகவே இருந்து வந்திருக்கின்றது. அன்பு பாசம் என்பதைத் தவிர்த்து இழப்புகளையும் சோகங்களையும் காசுப் பிரச்சனைகளையும் அமிலமாக அது என் நெஞ்சில் இறக்கியிருக்கின்றது. அநேக வேளையில் இந்தத் தொலைபேசி நான் என்னை மறந்த ஆழ்ந்த நித்திரையின் அதிகாலைப் பொழுதுகளிலேயே என் அறையின் வாசல் கதவை தட்டியிருக்கின்றது. 90ஆம் ஆண்டின் இறுதிப்பகுதியின் ஒருநாளான இன்றும் அப்படித்தான் காலை மூன்று மணிக்கு அலாரம் அடிக்க முதலே தொலைபேசி ஒலித்தது. அரக்கப்பரக்கப் பதறி எழுந்து 'யாரை இழக்கப்போகின்றேன் அல்லது யாருக்குப் பஞ்சாயத்து பண்ணப்போகின்றேன்' என்ற சிந்தனையோட்டத்தில் 'ஹலோ' என்று அனுங்கியவாறே ரிசீவரை காதுக்கு அருகில் வைத்தேன்.

"டேய் மச்சான் கதிர்! நான் குமணன். கொட்டிவாறிலை (Cote d'Ivoire) இருந்து கதைக்கிறன். என்னை உங்கை அனுப்பி விடுறாங்கள். நீதான் வந்து என்னைக் கூட்டி கொண்டு போகவேணும். நான் உனக்கு பேந்து எடுக்கிறான்" என்று சொல்லிவிட்டு பதிலுக்குக் காத்திராமல் தொலைபேசியின் எதிர்முனை அடங்கியது. இவனுக்கு யார் எனது இலக்கத்தைக் கொடுத்திருப்பார்கள் என்ற யோசனையே எனது

நித்திரைக்கு உலை வைத்தது. படுக்கையால் எழுந்து கலைந்திருந்த போர்வையை உதறி விரித்துவிட்டு குசினிக்குள் நுழைந்து வோட்டர் குக்கரில் (Water- Cocker) தண்ணியை நிரப்பி கொதிக்க விட்டேன். அந்த அதிகாலை குளிரில் ஆவி பறக்கும் தேநீர் எனது நரம்புகளை முறுக்கேற்றியது.

எனது நினைவுப் பொறியில் லியோனில் இருக்கும் அமுதன்தான் முதலில் வந்தான். அவன்தான் இந்த 'நோக்கியா' வேலைகள் பார்ப்பவன். அந்த எண்ணமே எனக்கு அவன்பால் இனம்புரியாத எரிச்சலைக் கொண்டுவந்தது. அவன் தூரத்தில் இருந்தாலும் எல்லோருடனும் தொடர்பில் இருப்பவன். அவன் ஒருவன்தான் எங்களுடன் படித்த பழைய கூட்டுகளை எல்லாம் மறக்காது தன்னுடன் சேர்த்து வைத்திருப்பவன். அவனுடன் கதைத்தால்தான் எனக்கு எல்லோரது விபரங்களும் தெரியவரும். அமுதன் சிலவேளைகளில் எனக்கு விருப்பமில்லாதவர்களுக்கும் எனது தொலைபேசி இலக்கத்தைக் கொடுத்துவிடும் குணம் உள்ளவன். அதனாலேயே அவனுக்கு நாங்கள் எல்லோரும் 'நோக்கியா' என்று பட்டப்பெயர் வைத்தோம்.

நினைவுகள் என்றும் அழிவதில்லை. நாங்கள் ஏற்படுத்திக் கொண்ட சூழல் எம் வெளி மனதை மாற்றும். இதையே காலம் வலியை மாற்றும் என்பார்கள். ஆனால், இது ஒருவகையான ஏமாற்றுத்தான். ஆனால், எல்லோரதும் நினைவுகளும் எங்கோ ஒரு மூலையில் அடிமனதில் உறைநிலையில் இருந்துகொண்டே இருக்கும். நானும் எதையெல்லாம் மெதுமெதுவாக மறந்து இயல்பு நிலைக்குத் திரும்பி இருந்தேனோ அது குமணன் வடிவில் என் மனதைக் கீறத்தொடங்கியது. நான் தலையைச் சிலுப்பி அவனின் நினைப்புகளை அழிக்க முயன்றாலும் இன்று அவனது தொலைபேசி அழைப்பு மீண்டும் அதைக் கிளறி எடுத்துவிட்டது. எனக்கு என்று மட்டும் இல்லை எனது கூட்டுகள் எல்லாருமே குமணனின் அழியாத நினைவுகளைக் கொண்டிருந்தனர்.

* * *

83-களில் நான், அமுதன், குணாளன், பாமினி, நிலானி, மதுளா, ரேணுகா என்று உயர்தரம் படித்துக்கொண்டிருந்த காலமது. அதேநேரத்தில்தான் எமது மண்ணைப் பச்சை சீருடைகள் பாசியாய் படர்ந்து மூடிய நாட்களாகவும் இருந்தன. எங்களுக்கு எங்கள் கல்லூரி வாழ்க்கை சந்தோசத்தைத் தரவில்லை. எங்கள் கூட்டுகள் நாளுக்கு ஒன்றாகக் குறைந்துகொண்டு வந்தார்கள். நாட்டு விடுதலைக்காக வெளிக்கிட்ட எல்லாத் தரப்பிலும்

கொள்கை விளக்கக் கூட்டங்கள் கல்லூரியில் அமந்தறையாக நடந்துகொண்டிருந்தன. வேறு இடங்களில் எங்களையொத்த பதின்ம வயதுப் பெடியளும் பெட்டையளும் அதன் வசந்த காலத்தில் மகிழ்வுடன் இருக்க எங்களுக்கு மட்டும் அது எட்டாக்கனியாகவே இருந்தது. அந்தவயதிலேயே எங்களது உயிர்களின் இருப்புகள் எங்களிடம் இல்லாது ஓர் உலோகக்குண்டின் முனையில் இருந்தது. நாங்கள் சிலநேரம் மறந்தாலும் அது எப்பொழுதும் எங்கள் பின்மண்டையில் விடாது துரத்திக் கொண்டு வந்தது. ஒருநாள் காலை நாங்கள் கல்லூரிக்குச் சென்றபொழுது குமணன் காணாமல் போயிருந்தான். அவன் காணமல் போனது எங்களுக்கு மர்மமாகவே இருந்தது. அவன் இயக்கத்துக்குத்தான் போனானா இல்லை ஆமி எங்காவது சுற்றிவளைப்பில் பிடித்துவிட்டதா என்று யாருக்குமே தெரியாமல் இருந்தது. நாங்கள் எங்களுக்குத் தெரிந்த நண்பர்களிடம் அவனையிட்டு விசாரித்தோம். யாருமே பிடி கொடுத்துக் கதைக்கவில்லை. அது எங்களுக்குக் குழப்பமாகவே இருந்தது. காலங்கள் ஓட, ஒவ்வொரு இயக்கமும் தங்களது அரசியல் தேவைகளுக்கு எங்களைப் பிரச்சாரம் செய்ய அழைத்தது. இதில் பாமினி, மதுளா, நிலானி மிகத்தீவிரமாக இருந்தார்கள். அவர்கள் கவிதைகள் எழுதினார்கள். கட்டுரைகள் எழுதினார்கள். எல்லோரையும் கேள்வி கேட்டார்கள். கேள்விக்குட்பட்டவர்களுக்குப் பாமினி, மதுளா, நிலானி ஆகியோர் ஒரு பெரிய குடைச்சலாக இருந்தார்கள். நாளுக்கு நாள் அவர்களது கவிதைகள் கட்டுரைகள் சனங்கள் மத்தியில் தீவிர சிந்தனைகளைக் கொண்டுவந்தன. அதிலும் முக்கியமாக மாணவர்கள் எல்லோரும் அவர்களது கவிதைகளைக் கொண்டாடினார்கள். அவர்கள் பல அச்சுறுத்தல்கள் மத்தியிலும் தமது பணியைத் தொடர்ந்துகொண்டே இருந்தார்கள்.

காலவோட்டத்தில் காட்சிகள் மீண்டும் மாறின. எங்களது ஆமியால் சனங்கள் தவியாய்த் தவிக்க எமது வான்வெளியில் அத்துமீறி நுழைந்து சாப்பாட்டு பொட்டலங்களைப் போட்டு சமாதானம் பேசுவோம் என்று மொச்சை மணம் வீசும் இன்னுமோர் பச்சை எங்களுடன் ஒட்டிக்கொண்டிருந்த காலமது. ஒருநாள் இருளும் வெளிச்சமும் கட்டிப்பிரண்டு சண்டை போட்ட வேளையொன்றில் ஓர் அசைன்மெண்டை முடித்துக்கொண்டு நாங்கள் பருத்தித்துறை வீதியால் வந்து கொண்டிருந்தோம். பருத்திதுறை வீதியின் இரண்டு பக்கமும் சுற்றுச்சூழல் ஒருவித வெறுமையாக இருந்தது. முன்னர் போல பருத்தித்துறை வீதி தனது கலகலப்பை மறந்து வருடங்கள் பல ஆகிவிட்டன. தூரத்தில் இருபாலை சந்தியில் பச்சைகள் பரவியிருந்ததை என்னால் பார்க்க முடிந்தது. தூரத்தே எனக்குப்

பின்னால் நிலானியும் பாமினியும் மதுளாவும் லுமாலாவில் வந்து கொண்டிருந்தனர். எனது கை என்னையறியாது அடையாள அட்டையைத் தடவியது. பக்கத்தில் வந்த அமுதன்,

"டேய்... முகத்தை மாத்து. விட்டால் நீயே போட்டுக் குடுப்பாய் போலை கிடக்கு" என்றான்.

எனக்கு ஏனோ ஆமியின் இறுகிய முகத்தைக் கண்டாலே பயம் என்ற பாம்பு என்னுள் ஓங்கிக் கொத்தும். இது அவர்கள் முன்னமே எங்களைப் போன்றோருக்கு தந்திருந்த சூத்திரம் என்றே எண்ணுகின்றேன். எனது சிந்தனைக் குழப்பங்களிடையே எமது சைக்கிள்கள் இருபாலைச்சந்தி முகாம் வாசலை நெருங்கிக் கொண்டு இருந்தன. நானும் அமுதனும் ஐம்பது மீற்றர் தொலைவில் சைக்கிளை விட்டு இறங்கி நடந்து கொண்டிருந்தோம். கூடவே பாமினி, நிலானி, மதுளா எங்களுடன் ஒட்டிக்கொண்டு வந்தார்கள். எங்களுக்கு முன்னே சனம் நீண்டு இருந்தது. எல்லோரின் முகத்திலும் சவக்களையே மிஞ்சி இருந்தது. அன்று பார்த்து பச்சைகள் எல்லோரும் வெறியுடன் இருந்தார்கள். யாரோ எங்கோ பக்கத்தில் சக்கை அடைந்து இருக்கவேண்டும். அந்த வெப்பிராயம் அவர்கள் முகத்தில் தெரிந்தது.

உரும்பிராய் பக்கமாக இருந்து ஒரு ராணுவவண்டி ரோட்டைத் தேய்த்தவாறு வந்து நின்றது. அதிலிருந்து கைகளில் விலங்கு மாட்டிய ஒருவனை நெம்பித்தள்ளியவாறே பச்சைகள் இறக்கினார்கள். இப்பொழுது அமுதனுக்கு என்ன நடக்கப்போகின்றது என்பதை அவனது மண்டை உள்ளுக்குள் படமாக வரைந்து தள்ளியது. பக்கத்தில் நிண்ட நான்,

"டேய் எண்டைக்கும் இல்லாமல் ஆக்காட்டியை கொண்டு வந்து வைச்சிருக்கிறாங்கள். இண்டைக்கு ஆர் எவை மாட்டியோ தெரியேலையடாப்பா" என்ற என்மீது "பொத்திக்கொண்டு வா" என்று அமுதன் எரிந்து விழுந்தான்.

அந்த மனிதன் சாதாரண உயரத்தில் இருந்தான். ஆமி அடித்த அடியில் கால்கள் சோர்ந்து விழுந்தன. அவன் நிற்கச் சிரமப்படுவது தெரிந்தது. சிப்பாய் ஒருவன் அவனைக் கைத்தங்கலாகப் பிடித்திருந்தான். அந்த மனிதனது முகம் சாக்கு ஒன்றினால் மூடிக்கட்டப்பட்டு இருந்தது. கண்களுக்கு நேராக இரண்டு ஓட்டைகள் அளவாக வெட்டப்பட்டு இருந்தன. அப்பொழுது நீண்டிருந்த நிரை நகரத்தொடங்கியது. அப்பொழுதுதான் எல்லோரும் இல்லாத கடவுள்களை எல்லாம் மனதுக்குள்

கூப்பிட்டவாறே நகர்ந்தனர். அந்த மனிதனைக் கைத்தாங்கலாகப் பிடித்திருந்தவன் மறுகையால் ஒரு பிஸ்டலை அவனது பின்தலையில் வைத்திருந்தான். சனங்கள் அந்த மனிதன் முன்னால் நிறுத்தப்பட்டபொழுது அவனது தலை பலவேளை இடம்வலமாகவும் சிலவேளை மேலிருந்து கீழாகவும் அசைந்தது. மேலிருந்து கீழாக அசைக்கப்படவர்கள்மீது சரமாரியாக அடிகள் விழுந்து தரையில் இழுத்துக்கொண்டுபோய் தயாராக நின்ற ஆமிவண்டியில் எறிந்தார்கள். அவர்களது அலறல் என்னை உறையப்பண்ணியது. எங்களுக்குப் பின்னால் பாமினியும், நிலானியும், மதுளாவும் ஒட்டிக்கொண்டு நின்றிருந்தார்கள். அந்த ஆக்காட்டியின் கண்ணசைவிலேயே எங்களது உயிர்கள் ஒட்டிக்கொண்டு இருந்தன. எனக்கு முன்னால் நின்றிருந்த அமுதனின் முறை இப்பொழுது வந்தது. ஆக்காட்டி அமுதனைக் கூர்ந்து பார்த்தான். அவனது தலை மேலே எழுந்து திடீரென இடம்வலமாக ஆடியது. அமுதன் தனது அடையாள அட்டையைக்காட்டி விட்டு நகர்ந்தான். இப்பொழுது எனது முறை வந்தது. எனது மனதில் அம்மா அப்பாவின் நினைவுகள் ஓடிமறைந்தன. எனது இறுதிக்கணங்கள் ஒரு தலையாட்டல் வடிவில் கண்ணாம்மூஞ்சி விளையாடின.

நான் அவனுக்கு நேராக நின்றபொழுது நான் ஒரு கணப்பொழுதில் என்மனதைத் திடப்படுத்திக்கொண்டு அந்தக்கண்களை நேரிடையாகவே பார்த்தேன். அந்தக்கண்கள் சிவந்து கொடூரமாக இருந்தன. சிலவேளை அந்தக் கண்களுக்கு நித்திரை இல்லாமல் இருந்திருக்கலாம். ஆனால், அந்தக் கண்கள் எனக்கு மிகவும் பழகிய கண்கள். அதன் கீழ் ஒரு சிறிய கறுப்புக்காய் ஒன்று இருந்தது. எனது மனதில் ஏற்பட்ட அதிர்ச்சியை நான் எனது கண்களுக்குக் காட்டிக்கொடுக்கவில்லை. அவனது தலை இடம்வலமாக அசைந்தது. ஆனால், என் பின்னால் நின்றிருந்த பாமினிக்கும், நிலானிக்கும், மதுளாவுக்கும் அந்தத் தலை மேலும் கீழுமாகவே ஆடியது. பச்சைகள் மூவரையும் இழுத்துக்கொண்டு வண்டியில் ஏற்றியபொழுது அவர்களுக்காக நான் குளறினேன். எனது குளறல் சத்தம் அவர்களை ஒன்றும் செய்யவில்லை. அதன் பின்னர் பாமினியும் நிலானியும் மதுளாவும் நிரந்தரமாகவே எங்களைச் சந்திக்கவில்லை. அவர்களை எங்களால் கண்டுபிடிக்கவே முடியவில்லை. அவர்கள் பேரில் ஆர்ப்பாட்டங்கள் நடந்தன. ஆமி சத்தமே காட்டவில்லை. ஒருநாள் அமுதன்,

“மச்சான் அண்டைக்கு எங்களுக்கு தலை ஆட்டின பார்ட்டி எங்கடை குமணன் போலை கிடக்கடாப்பா. நீ என்ன நினைக்கிறாய்?”

என்று நான் உறுதிப்படுத்திய அந்தக் கண்களைப்பற்றி என்னிடம் சந்தேகமாகக் கேட்டான். நான் இருந்த மனநிலையில் அவனுக்கு என்னால் எதுவுமே சொல்லத்தோன்றவில்லை. எங்களைத் தப்பவிட்ட அந்தக்கண்கள் எப்படி பாமினியையும் நிலானியையும் மதுளாவையும் காட்டிக்கொடுத்தன? அவர்களின் பிரிவு என்னை வாட்டியது. பல இடங்களில் அந்த ஆக்காட்டியால் மாணவர்கள் கைது செய்யப்பட்டதாக கதைகள் உலாவிக்கொண்டிருந்தன.

***

குறுகிய காலஇடைவெளியில் என்னையும் அமுதனையும் பிரான்ஸ் என்ற பனிபடர்தேசம் தத்தெடுத்துக்கொண்டது. இது காலப்பிழையா இல்லை எமது சுயநலமா என்ற கேள்வி இந்தப் பனிபடர் தேசத்தில் என்றுமே என்னை அரித்துக்கொண்டிருந்தது. வேலைகள் நிமித்தம் அமுதன் லியோனுக்கும் நான் பாரிஸிலும் இருந்துகொண்டோம். அவ்வப்பொழுது இருவரும் பழைய கதைகளைக் கதைப்பது என்ற அளவிலேயே எமது தொடர்புகள் இருந்தன. ஆனால், இன்று அமுதனின் வேலையால் ஒரு புதிய வினை ஒன்று என்னை நெருங்கி வருவதாகவே எண்ணிக்கொண்டேன். குமணனின் நினைவை எனது அதிகரித்த வேலைப்பளு சிறிது எட்டத்திலேயே வைத்துக்கொண்டது. ஒரு பனிக்கால வேளையொன்றில் குமணனது தொலைபேசி அழைப்பு மீண்டும் எனக்கு வந்தது. அந்த அழைப்பானது தான் கொட்டிவாறில் இருந்து அன்று காலை வெளிக்கிடுவதாகவும் பின்னேரமே பாரிஸ் சார்ல்ஸ் து கோல் விமானநிலையத்தில் இறங்குவதாகவும் இருந்தது.

பாரிஸ் சார்ல்ஸ் து கோல் விமானநிலையம் பல்லின மக்களின் பரபரப்பில் பரந்துவிரிந்திருந்தது. கண்ணாடிகளின் ஊடே இயந்திரப்பறவைகள் இம்மிபிசகாது நிரைகட்டி நின்றன. கொட்டிவாறில் இருந்து புறப்படும் எயார் பிரான்ஸ் தரையிறங்க நேரம் இருந்தது. கிடைத்த நேரத்தில் ஓர் எஸ்பிறாசோவை வாங்கிக்கொண்டு வெளியே வந்தேன். குளிர் முகத்தில் அடித்து எலும்பு மச்சைக்கு ஹலோ சொல்லியது. எஸ்பிறாசோவை சிப்பியவாறே சிகரட் ஒன்றை உதட்டில் பொருத்தி அதன் முனையை சிவப்பாக்கினேன். சிகரட் புகையும் எஸ்பிறாசோவும் குளிரின் சுகவிசாரிப்புகளுக்கு மறுத்தான் விட்டன. எனக்கும் குமணனுக்குமான இடைவெளிகள் அதிகமாக இருந்ததால் அவனது முகம் மங்கலாகவே என் மண்டையின் ஓரத்தில் பதிவாகியிருந்தது. அடிப்படையில் குமணனது செயல்பாடுகள் முன்பு எனக்கு அவன்மீது வெறுப்புகளைத் தந்தாலும், எனது நாட்டைச் சேர்ந்த

ஒரு சகதமிழனுக்கு செய்கின்ற அடிப்படை உதவியாகவே எனது நிலைப்பாடு இருந்தது. அதற்கப்பால் என்மனம் அவனிடம் நெருங்க ஏனோ மறுத்தது.

விமான நிலையத்தின் அறிவிப்பு எனது சிகரட் புகை லயத்தைக் கலைத்தது. நான் குமணனை வரவேற்கத் தயாராகி நின்றேன். வெளியேறும் கதவினால் பயணிகள் வெளியேறிக்கொண்டு இருந்தார்கள். ஓர் ஆசிய முகத்தையும் என்னால் காண முடியவில்லை. ஒருவேளை உள்ளே மாட்டுப்பட்டுவிட்டானோ என்று மனம் அலைபாய்ந்தது. என்னை அதிகம் காக்க வைக்காது ஓர் ஆசிய முகம் கதவினால் வெளியேறியது. அந்த முகத்தின் கண்ணின் கீழே ஒரு கறுப்புக் காய் இருந்தது. நான் அந்த முகத்தை நோக்கி முன்னேறி "டேய் குமணன்" என்றேன். அவன் என்னைத் திரும்பிப் பார்த்து என்னிடம் ஓடிவந்து கட்டிக்கொண்டான்.

"உள்ளுக்கை ஏதாவது பிரச்சனையோ?"

"இல்லையடாப்பா. கொஞ்சநேரம் புத்தகத்தை வைச்சு நோண்டினாங்கள். தலைமாத்தப்பட்ட பாடு கொஞ்ச நஞ்சமில்லை. வலு கிளீனாய் தலைமாத்தி விட்டாங்கள்" என்றவாறே ரெயில்வே ஸ்ரேசன் நோக்கி என்னுடன் கூட நடந்தான் குமணன்.

குமணன் நன்றாகவே மாறிவிட்டிருந்தான். ஒல்லியான நெடுவலான அவனது உடம்பு சிறிது தசைப்பிடிப்பாக இருந்தது. நாங்கள் இருவரும் நான்காவது ரெயில்வே ஸ்ரேசனான செவ்றோனில் இறங்கி அறையை அடைந்தோம். அறைக்கு வந்தவுடன் தனது சூட்கேசை வைத்துவிட்டு அறையை ஒரு சுற்று சுற்றிவந்தான் குமணன். நான் அவனுக்கு கோப்பி போட்டுக்கொண்டிருந்தேன். "மச்சான் நல்லாய்த்தான் அறையை வைச்சிருக்கிறாய்" என்ற அவனுக்கு எனது புன்சிரிப்பையே பதிலாகத் தந்தேன். இருவரும் கோப்பியை எடுத்துக்கொண்டு பல்கனிக்கு நகர்ந்தோம். திறந்த பல்கனியினூடாக குளிர் காற்று இருவரின் முகங்களிலும் அறைந்தது. வெளியே கப்பியிருந்த இருட்டை சோடியம் வேப்பர் விளக்குகள் துரத்தப் போராடின. நான் கோப்பியை சிப்பிக்கொண்டு சிகரட்டின் முனையை சிவப்பாகிக்கொண்டே,

'சொல்லு மச்சான். உன்னோடை கனகாலம் எனக்கு தொடர்பில்லாமல் போச்சுது. இவ்வளவு காலமும் என்ன செய்தனி?"

அவ்வளவுநேரமும் சந்தோசமாகக் கதைத்துக் கொண்டிருந்த குமணனின் முகம் இறுகத்தொடங்கியது. அவனையறியாது கண்கள்

சிவப்பாகின. துளிர்த்த கண்ணீர் விழவோ விடவோ என்று அவனது கண்களிடம் கேட்டுக்கொண்டிருந்தன. என்முன்னால் நின்றிருந்த குமணன் மெதுவாக விசும்பினான்.

"எந்த சனத்துக்காய் காடுமேடெல்லாம் அலைஞ்சனோ அந்த சனமே என்னை வெறுக்குது மச்சான். இடையிலை ஒரு இடத்திலை றெக்கி எடுக்கப்போன நேரத்திலை இந்தியன் ஆமியிட்டை மாட்டுப்பட்டு போனன். நீ இந்தியன் ஆமியிட்டை மாட்டியிருந்தால் அவன்ரை குணம் உனக்குத் தெரியும். சித்திரவதையிலையே எந்தப்பெரிய கொம்பனையும் அவங்கள் பேச வைப்பாங்கள். பேசாட்டில் கொஞ்ச நாளிலை எங்கையாவது பொட்டல் வெளியிலை ரத்தம் ஒழுக கிடப்பாய். ஒருகட்டத்திலை அவங்கடை சித்திரவதை தாங்கேலாமல் அவங்களோடை சேர்ந்திட்டன். அதாலை இயக்கம் என்னைப் போட றெக்கி எடுத்திது. ஒரு கட்டத்திலை இந்தியன் ஆமியும் என்னை போட வெளிக்கிட ஒரு மெட்ராஸ் ரெஜிமெண்ட் படையதிகாரிதான் என்னைப் போடுறன் எண்டு சொல்லி கூட்டிக்கொண்டு போய் என்னை தப்பிப் போகவிட்டான். பேந்து எவ்வளவோ கஷ்ரப்பட்டு இங்காலை வந்தன். உள்ளதை சொல்லுறன். சாகலாம் போலை கிடக்கு மச்சான். ஆனால், நான் இருந்த இடம் இப்பிடி சா எண்டு சொல்லி தரேலையடாப்பா. முந்தி நித்திரை இல்லாமல் இருந்தன். ஏமம் சாமம் எல்லாம் திரிஞ்சன். அதிலை ஒரு பிடிப்பு இருந்தது. இப்ப வாற நித்திரை கேட்டுக்கு ஒண்டுமே இல்லை மச்சான்" என்ற குமணனது உடல் குலுங்கியது.

எனக்கு அவன் அழுவதைப் பார்க்க மனது கனத்தது. அவனுக்கு என்ன சொல்வது என்றே தெரியவில்லை. அவனது மனப்பாரம் குறையும் மட்டும் அவனை அழவிட்டேன். அவனது விசும்பல் மெதுவாகக் குறைய ஆரம்பித்தது. இந்தக் கண்கள் போட்டுக்கொள்ளும் மேலதிக கண்ணாடிகளிலேயே எல்லோருக்கும் வித்தியாசமான காட்சிகள் தெரிகின்றன. காலப்போக்கில் அவர்கள் அதையே உண்மையெனவும் நம்பிவிடுகின்றனர். ஆனால், கண்களுக்கும் வெளிப்பக்கத்துக்கும் இடையில் கண்ணாடி என்ற ஒன்று இருகின்றது என்பதை அவர்கள் இலகுவாகவே மறந்து விடுகின்றார்கள். ஆனால், அவர்கள் தங்கள் கண்ணாடியைக் கழட்டும்பொழுது அவர்களுக்கு உண்மைக்காட்சிகள் தெளிவாகத் தெரிய ஆரம்பிக்கின்றன. எனக்கும் குமணனைப் பற்றிய எண்ணக்காட்சிகள் மாறத்தொடங்கின. ஆனாலும் ஊரில் இருந்து எனக்கு வந்திருந்த அசைண்ட்மன்ற் ஒன்று உறுத்திக்கொண்டு இருந்தது.

“சரியடாப்பா பழசுகளை மறக்க ட்ரை பண்ணு. அது கொஞ்சம் கஷ்ரம்தான். ஆனால் காலம் கொஞ்சம் கொஞ்சமாய் அதுகளை மறக்கப் பண்ணும். இங்காலை வந்திட்டாய் தானே. எல்லாம் நல்லதாய் நடக்கும். ஒண்டுக்கும் யோசிக்காதை. நீ என்னோடையே இரு” என்றுமட்டுமே என்னால் அவனுக்கு சொல்ல முடிந்ததில், ஓர் உள்நோக்கம் இருந்ததைக் குமணனால் கிரகிக்க வாய்ப்பில்லைத்தான். குமணன் என்னுடன் இருக்கவந்து ஒரு கோடையையும் ஒரு பனிக்காலத்தின் நடுப்பகுதியையும் கடந்துவிட்டிருந்தான். காலம் அவனை ஓரளவுதான் மாற்றியிருந்தது. பிரான்ஸ் அவனை அகதியாக அங்கீகரித்து இருந்திருந்தது. குமணன் இப்பொழுது ஒரு தங்குவிடுதியில் வேலைசெய்து கொண்டிருந்தான். நான் அவனுடன் ஓர் எல்லைவரையிலேயே கதை பேச்சுகளை வைத்துக்கொண்டேன்.

ஒருநாள் அதிகாலை வேளையிலேயே செவ்ரோன் நகர்ப்பகுதியை அடர்ந்த பனிப்புகார் கால் வரை மூடியிருந்தது. இலையுதிர்த்த பைன் மரங்களில் உறை பனி மொட்டுக்கட்டியிருந்தது. செவ்ரோன் நகரின் அகன்ற வீதிகள் யாருமற்று துடைத்து விட்டால்போல இருந்தன. எனக்கு அந்த அசைண்ட்மன்ற் இறுதி நாள் ஆகையால் குமணனுக்கு முதலே எழுந்து வீட்டைவிட்டு இறங்கி விட்டேன். புகையிரத நிலையத்துக்கும் எனது வீட்டிற்கும் நடுவிலே இருக்கும் வீதியில் ஒரு தோதான இடத்தைத் தேர்ந்தெடுத்து மோட்டச்சைக்கிளை நிறுத்தி, எனது முகத்தை உருமறைப்புச் செய்துகொண்டு நின்றேன். ஜீன்ஸின் பின்பக்கம் மக்னம் 50 நேர்த்தியாக இருந்தது.

குமணன் வீட்டு பல்கனியில் இருந்து வெளியே பார்த்தபொழுது அந்த அதிகாலையும் அடர்பனிப்புகாரும் அவனுக்கு விபரிக்க முடியாதவோர் மனக்கிளர்ச்சியை உருவாக்கியிருந்தன. அவன் வீட்டை விட்டு இறங்கி கொட்டியிருந்த பனியில் கால்கள் புதையப் புதைய அந்த அகன்ற வீதியில் வேலைக்காக இரயில் நிலையம் நோக்கி வந்துகொண்டிருந்தான். அவன் பின்னே வெண்பனியில் அவனது கால் அடித்தடங்கள் வந்து கொண்டிருந்தன. ஒரு வளைவில் அமைதியாக நின்றிருந்த எனது மோட்டார் சைக்கிள் உயிர்ப்பித்து அவனருகில் மின்னல் வேகத்தில் கடந்தபொழுது, சீறிய தோட்டா குறி தப்பாது அவனது தலையின் பக்கவாட்டைத் துளைத்துச் சென்றது.

- வல்லினம், 02 மாசி 2016

பி.கு: பன்நாட்டுப் புலம்பெயர் தமிழ் எழுத்தாளர் ஒன்றியம் நடாத்திய சிறுகதைப் போட்டியில் 3 ஆம் பரிசு பெற்றது.

○ ○ ○

வெடிப்பு

1995இல் இதமான வெய்யிலைக் கண்ட ஓர் அதிகாலை நேரம் அலாரம் சிவாவினது நித்திரைக்கு உலை வைத்தது. சிவா வழக்கமாகவே பதினைந்து நிமிடங்கள் முன்னதாகவே அலாரத்தை வைப்பதுண்டு. இந்த ஏற்பாட்டினால் அவன் தனது பூனைத் தூக்கத்தை மைதிலியின் அணைப்பில் அனுபவிப்பதுண்டு. அவனது கை கட்டிலின் மறுபுறம் துழாவியபோது அந்த இடம் வெறுமையாகவே இருக்க,

'இந்த நேரத்தில் மைதிலி எங்கே போய்விட்டாள்?' என்று எண்ணியவாறே கட்டிலில் இருந்து விசுக்கென்று எழுந்தான். வீட்டின் ஹோலுக்குள் வந்தபொழுது, மைதிலி முழுகிவிட்டு பல்கனியில் தனது தலையைத் துவட்டிக்கொண்டிருப்பது கண்ணாடி ஜன்னலுக்கப்பால் அவனுக்குத் தெரிந்தது. அந்தக்காலை வேளையில் அவளது நீண்டகருமையான கூந்தல் கருநாகம் போல அவளது முதுகில் விரவியிருந்தது. அவள் அவனுக்காகத் தயாரித்திருந்த கோப்பி ஆவிபறந்தபடி குசினிக்குள் காத்திருந்தது. சிவா கோப்பியை எடுத்துக் கொண்டு பல்கனியில் மைதிலிக்குப் பக்கத்தில் நின்றுகொண்டான். மைதிலி முகத்தைத் தூக்கி வைத்துக்கொண்டு தனது வேலையில் ஈடுபாட்டுடன் இருந்தாள்.

நேற்று இரவு இருவரும் வாயால் சண்டைபிடித்தது மனதில் வந்து அவனை அலைக்கழித்துக் கொண்டிருந்தது. ஒருபோதுமே அவளைக் கண்டித்துப் பேசாத அவன் அன்று அவளுடைய

சிறுபிள்ளைத்தனமான பிடிவாதத்தால் குரலை உயர்த்திப் பேசப்போக அது இறுதியில் அவளது அழுகையுடன் முடிந்தது. மைதிலி தனது தம்பியை பிரான்சுக்கு எடுப்பதற்கு அவனுடன் கதைத்தபொழுதுதான் இருவருக்கும் பிரச்சனை கிளம்பியது. சிவாவிடம் அந்தவேளையில் மச்சானைக் கூப்பிடுமளவுக்கு வங்கி இருப்புகள் நேர்த்தியாக இருந்திருக்கவில்லை. அவன் சிங்கப்பூர் போய் மைதிலியைக் கலியாணம் செய்ய எடுத்த வட்டிக் கடனே இன்னும் முடியவில்லை. மைதிலி வந்து ஒருவருடத்திற்குள் பிரெஞ் மொழியைப் படித்துவிட்டு வேலைக்குப் போய்க்கொண்டிருக்கின்றாள். இந்தநேரத்தில் மச்சானைக் கூப்பிடுவதென்றால் சிவாவிற்கு தற்கொலைக்குச் சமனான விடையம். அவன் மைதிலியைச் சமாதனப்படுத்தும் எண்ணத்தில் 'மைதீ ...' என்று வழக்கத்தைவிட தேனைத் தடவினான். இந்த இடத்தில் சிவாவின் பருப்பு மைதிலியிடம் வேகவில்லை. அவள் நித்திரையால் எழும்பிய நான்கு வயதான சைலஜாவைப் பள்ளிக்கூடத்திற்கு விட அவசரமாக வெளிப்படுத்தினாள். சிவாவும் தான் குளிப்பதற்கு குளியல் அறைக்குள் நுழைந்தான். அவன் குளித்து வெளிக்கிட்டு வெளியில் வரும்பொழுது வீடு யாருமில்லாது அமைதியாக இருந்தது. மைத்திரியும் சைலஜாவும் இவனிற்காக காத்திராது வீட்டைவிட்டு இறங்கியிருந்தனர். ஆற்றாமையும் கோபமும் அவனுக்கு தலைக்கு ஏறின. அவன் தொடரூந்து நிலையம் நோக்கி விரைவாக நடத்தான்.

அவனது கண்களுக்குத் தூரத்தே மைதிலி நடந்து போய்க்கொண்டிருப்பது நன்றாகவே தெரிந்தது. அவன் தனது நடையை வேகப்படுத்தி மைதிலியை நெருங்க முயற்சித்தான். அவள் விரைவாக தொடரூந்து நிலையத்தினுள் நுழைந்தாள். அவன் மூச்சிரைக்க ஓடிவந்து படிகளில் இறங்கும்பொழுது தொடரூந்து வரும் இரைச்சல் துல்லியமாகவே அவனுக்குக் கேட்டது. அவன் இன்னும் விரைவாக இறங்கி தொடரூந்தை நோக்கி ஓடினான். மைதிலி இவனுக்கு முதல் பெட்டியில் ஏறுவது தெரிந்தது. மைதிலியின் ஊமைக் கோபம் மனோவை மிகவும் படாய்ப்படுத்தியது. கலியாணம் கட்டினநாளில் இருந்து சிவா அவளை முகம்கோண வைத்ததில்லை. தான் அவளைக் கண்ணின் இமைபோல் காத்தும் மைதிலி தன்னைப் புரிந்துகொள்ளாதது அவனை வேதனையை உச்சத்திற்கு கொண்டுவந்தது.

★★★

றெயில் தனது சுரங்கப் பயணத்தை முடித்துக்கொண்டு, புத்தில் இருந்து வெளியேறும் சாரைப்பாம்பு போலத் தன்னைத் தரைப்பகுதிக்குக் காட்டியது. கோடை காலத்து ஜுலை மாத வெய்யில் அவனது முகத்தில் மென்மையாகச் சுட்டது. மேலே ஏறிக்கொண்டிருந்த தொடரூந்து ஓல்னே சூ ஊவா (AULNEY SOUS BOIS) தொடரூந்து நிலையத்தைத் தொட மெதுமெதுவாக முயற்சி செய்து கொண்டிருந்தது. அதனது மெதுவான ஓட்டம் மனோவிற்கு எரிச்சலை ஏற்படுத்தியது. ஆனாலும் அவனது மனம் அதில் லயிக்காது மைதிலியைச் சுற்றிச் சுற்றியே வந்தது. அவளும் தன்னைப்போல நினைத்துக்கொண்டிருப்பாளோ என்னமோ. அவனது வறண்ட மனதில் தென்றலாய் வந்தவள் அவள். குடும்பத்தில் ஒரு தம்பியைக்கொண்ட அவளுக்குப் பெரிதாக ஆசைகள் எதுவும் இருந்ததில்லை. அவனது ஆறாயிரம் பிராங் சம்பளத்தில் கட்டுச்செட்டாகவே மைதிலி குடும்பம் நடத்தினாள்.

அவனோ அவளது தேவைகளைப் பார்த்துப் பார்த்துச் செய்வான். பின்னேரம் வேலையால் வரும்பொழுது தனது முன்னாள் அறைக்கூட்டாளி கண்ணனிடம் காசு வாங்கி மைதிலியின் தம்பியைக் கூப்பிடவேண்டும் என்று மனதுள் உருப்போட்டுக்கொண்டான். ஓல்னே சூ ஊவா தொடரூந்து நிலையத்தின் நுழைவாயிலில் நின்ற தொடரூந்து மின்சாரக்கோளாறால் தனது இயக்கத்தை முற்றாகவே நிறுத்தியது. திறக்கவேண்டிய தானியங்கிக் கதவுகள் மூச்சை நிறுத்தின. வெளியே தொடரூந்துமேடை சனத்தால் நிரம்பி வழிந்தது. எல்லோருக்குமே காலை நேரத்து வேலை அவசரம். அவர்கள் நின்ற தொடரூந்தின் மீது வெறுப்பை அள்ளிக் கொட்டினார்கள். கட்டளைகளின்படி இயங்கும் அந்த தொடரூந்து பாவம் அதனால் என்னதான் செய்ய முடியும்? பத்து நிமிட இடைவெளியின் பின்னர் அது தனது சமிக்ஞையை பெற்றுக்கொண்டு தொடரூந்து நிலையத்தினுள் ஆடிஅசைந்து நுழைந்தது. வெளியே நின்ற சனங்கள் முண்டியடித்து ஏறியதால் வாசலின் அருகே இருந்த இருக்கையில் சிவா, மற்றவர்களும் நிற்க வசதியாக இருக்கையில் இருந்து எழுந்து நின்றான். அளவுக்கு அதிகமான சனநெருக்கடியால் அவனுக்கு மூச்சுத்திணறியது. சமிக்ஞை கோளாறினால் தொடரூந்து நேரடியாகவே பாரிஸுக்கு செல்ல இருப்பதாக அதை ஓட்டியவர் அறிவித்து எல்லோரது வெறுப்பையும் குறைக்க முயன்று வெற்றிகண்டார்.

தொடரூந்து தனது தானியங்கிக் கதவுகளை மூடியவாறே பாரீஸுக்குத் தனது பயணத்தை மணிக்கு நூறு கிலோ மீற்றர் வேகத்தில் கடுகியது. எதிரும் புதிருமாகவும் பக்கவாட்டாகவும்

தொடரூந்துகள் அவனைக் கடந்து சென்று கொண்டிருந்தன. இன்றும் தனது முதலாளியிடம் நேரம் தவறிப்போவதற்கு பேச்சு வாங்குவதை நினைக்க சிவாவிற்கு மேலும் கடுப்பாக இருந்தது. கண்ணிமைக்கும் நேரத்தில் பாரிஸ் கார் து நோர்ட் (GARE DU NORD) தொடரூந்து நிலையத்தில் தன்னை நிலைநிறுத்த அது வேகத்தைக் குறைத்தது.

கார் து நோர்ட் தொடரூந்து நிலையம் சனவெள்ளத்தில் மிதந்தது. தொடரூந்து நின்றதும் சனங்கள் இறங்குவதற்கும் ஏறுவதற்கும் தள்ளுமுள்ளுப்பட்டார்கள். இறுதியாக நெடுநெடுவென்ற உயரத்தைக் கொண்ட தலைக்கு முக்காடு போட்ட உருவம் ஒன்று கையில் ஒரு பையுடன் சிவாவிற்குப் பக்கத்தில் ஏறி நின்றது. அதில் இருந்து ஒருவித துர்நாற்றம் வீசி அவனது குடலைப்புரட்டியது. சிவாவிற்கு அந்த உருவம் ஆணா பெண்ணா என்று கண்டுபிடிப்பது சிரமமாக இருந்தது. நாற்றம் தாங்கமுடியாமல் அவன் மூக்கைப் பொத்திக்கொண்டான். ஒரு சிலர் தங்களிடம் இருந்த பெர்பியூமை தொடரூந்து பெட்டிக்குள் ஸ்பீரே பண்ணினார்கள். சனநெரிசலில் தள்ளுப்பட்ட அந்த உருவம் மற்றய பயணிகளை அசட்டை செய்தவாறே தலையைக் கவிழ்த்து வைத்தவாறே நின்றது. தொடரூந்து தனது கதவை மூடிக்கொண்டு பயணத்தைத் தொடர்ந்தது.

சிவாவுக்கு இறங்கவேண்டிய தொடரூந்து நிலையங்கள் இரண்டே இருந்தன. மைதிலியோ இன்னும் மூன்று நிலையங்களைக் கடக்கவேண்டி இருந்தது. கடிகாரத்தின் முட்கள் ஏழு மணியைத்தொட்ட அந்தக்காலை நேரத்தில் தொடரூந்து இரண்டாவது நிலையத்தை அடைந்தவுடன், அவனிற்குப் பக்கத்தில் நின்றுகொண்டிருந்த அந்த உருவம் தான் கொண்டுவந்த பையை எல்லோரும் அசந்த நேரத்தில் அவனருகில் வைத்துவிட்டுப் புகையிரத நிலைய மேடையில் இறங்கிச் சனத்தினுள் சனமாக மறைந்தது. சிவா அந்த உருவத்தைக் கூப்பிடத்தொடங்கிய பொழுது தொடரூந்தின் கதவுகள் மூடப்பட்டு அவன் இறங்கவேண்டிய தொடரூந்து நிலையத்தை நோக்கி வேகமெடுத்தது. இப்பொழுது ஓரளவு சனம் குறைந்து காற்று வரஆரம்பித்தது. அவனது மனமோ என்றுமில்லாதவாறு மைதிலியை சுற்றியே வட்டமடித்துக்கொண்டிருந்தது.

சிவா செயின் மிஷேல் தொடரூந்து நிலையத்தில் இறங்குவதற்கு ஆயத்தமாக தொடரூந்தின் வாசல் கதவின் முன்னால் நின்று கொண்டான். அவன் விரைவாக சோத்தி*(SORTI) எடுப்பதற்காக நான்கு கதவுகள் கொண்ட ரெயில் பெட்டியில் எப்பொழுதும் அவன்

சரியான கதவைத் தெரிவு செய்வதுண்டு. இன்றும் அப்படித்தான் அவன் சரியான கதவின் அருகினில் நின்றுகொண்டிருந்தான். தொடரூந்து செயின் மிசேல் (SAINT MICHEL) நிலையத்தில் நுழைந்து கொண்டிருந்த அதேவேளையில் அங்கே எழுந்த பெரும் வெடியோசையினால் தொடரூந்தும், தொடரூந்து நிலையமும் குலுங்கின.

பிற்குறிப்பு

ஜூலை மாதம் 25ம் திகதி 1995 ஆம் ஆண்டு பாரிசின் இதயப் பகுதியான இந்த செயின் மிஷேல் தொடரூந்து நிலையத்தில் இஸ்லாமிய தீவிரவாதி ஒருவனால் இந்த தொடரூந்தில் குண்டு வைக்கப்பட்டது. உயிரிழப்பு அண்ணளவாக பத்துப்பேர். காயமடைந்தவர்கள் 100க்கும் மேல்.

★ சோத்தி (EXIT)– நிலத்தடி தொடரூந்து நிலையத்தால் பயணிகள் வெளியேறும் பகுதி.

- மலைகள், 02 கார்த்திகை 2016

ooo

மாதுமை

கோண்டாவிலில் பிறந்த ராகவனுக்கு அவனது முறைமச்சாள் மகேஸ்வரி இணையாகி அதன் உச்சகட்டமாக மாதுமை என்ற பெண் குழந்தையும் பிறந்து வருடங்கள் இரண்டைக் கடந்துவிட்டது. நாட்டு நடப்புகளிலும், இரு பக்க சீருடைகளுக்கும் இடையில் அவனது உயிர் மங்காத்தா விளையாடியது. கோண்டாவில் இந்து கலவன் பாடசாலையில் அதிபராக பேராய் புகழாய் ராஜகுமாரன்போல இருந்த ராகவன், ஒருநாள் பல தேசங்கள் கடந்து நொந்த குமாரானாய் ஓர் இலையுதிர் காலமொன்றில் பாரிஸுக்கு என்றியானான். அவனுடன் படித்த குணாவின் அறையில் எட்டுடன் ஒன்பதானான். முப்பது மீற்றர் பரப்பளவைக்கொண்ட ரகுவின் அறையில் ராகவனுக்கு நிலத்திலேயே படுக்க இடம் கிடைத்தது. இதுவே அன்றய நிலையில் பெரும் பேறாக இருந்தது. பாரீசுக்கு வந்த புதிதில் இருந்த பயமும் குழப்பமும் இப்பொழுது அவனுக்கு இல்லாமல் போய்விட்டது. பாரிஸின் பரிசுகெட்ட சீவியத்துக்கு அவன் அவனைப் பழகிக்கொண்டான். அவனின் அறை நண்பனான ரகுதான் ஒருமுறை அவனை ஒப்றாவுக்கு வழக்கு எழுத தனக்கு தெரிந்த மாசிலாமணியிடம் கூட்டிக்கொண்டு போனான். மாசிலாமணியர் அப்புக்காத்துக்கு மேல் அப்புக்காத்தாய் இருந்தார். அத்துடன் புலிக்கும் அவருக்கும் ஜென்மத்து சனி போல் கிடந்தது. புலியை வைச்சு கேஸ் எழுதினால்தான் வழக்கு நிக்கும் எண்டு ஒரு தேற்றத்தை போட்டார். அதோடை தான் எழுதிறதுக்கு

பக்கத்துக்கு 30யூறோ தரவேணும் எண்டும் சொன்னார். ராகவனுக்கு மாசிலாமணியரின் கதையும் எடுப்புச்சாய்ப்பும் துண்டாகவே பிடிக்கவில்லை. தான் யோசிச்சு சொல்லுறதாக சொல்லிவிட்டு வந்துவிட்டான். ரகுவுக்கும் மாசிலாமணியருக்கும் இடையில் ஒரு சின்ன டீல் இருந்தமையால் ராகவன் இப்படிச் செய்தது அவன் மேல் ரகுவுக்கு ஒரு சிறிய கடுப்பு ஏற்பட்டது.

ராகவன் ஒப்பறாவுக்கு தானே ஆங்கிலத்தில் தனது அகதி அந்தஸ்துக் கோரிக்கையை எழுதி அனுப்பினான். ராகவன் தனது வழக்கை எழுதி அனுப்பிய நேரம் பிரான்சின் தொண்டர் நிறுவனமான அக்சன் பாம் ஊழியர்கள் ஓர் எறிகணை தாக்குதலில் தாயகத்தில் உயிர் இழந்தார்கள். காகம் இருக்கப் பனம்பழம் விழுந்த கதையாக உடனடியாக பிரான்ஸ் தனது நாட்டில் இருந்த கிட்டத்தட்ட ஆயிரம் தமிழ் அகதிகளுக்கு அகதி அந்தஸ்த்தை வழங்கித் தான் பெரிய கருணை உள்ளம் கொண்டவன் என்று உலகத்துக்குக் காட்டியது. இந்த நிகழ்ச்சிநிரலில் ராகவனுக்கு அவனது தபால் பெட்டியில் நிரந்தர வதிவிட உரிமை காட் வந்து விழுந்தது. ராகவனோ தனது ஆங்கிலப்புலமையால்தான் தனக்கு காட் கிடைத்தது என்று தனக்குத்தானே சுயஇன்பம் கண்டுகொண்டான். ராகவன் காட் கிடைத்த சந்தோசத்தில் பாரிஸின் புறநகர் பகுதி ஒன்றிற்குப் போய் அங்கு தோட்டத்தில் மேய்ந்து கொண்டிருந்த ரெண்டு கோழிகளைத் தூக்கில் ஏற்றி அறை நண்பர்களுக்கு விருந்து வைத்தான்.

அவனுக்கு கார்ட் கிடைத்தாலும் ஒழுங்கான வேலைகள் கிடைக்கவில்லை. முதலில் சிறிய விளம்பர பேப்பர்கள் போடும் வேலையைச் செய்தான். அவன் வேலை செய்த முதலாளி சொல்லாமல் கொள்ளாமல் கொம்பனியை இழுத்து மூடிவிட்டு ஓடியதால் அவனை ஒரு சீன உணவகம் தத்து எடுத்தது. அந்த உணவகத்தின் உரிமையாளர் ஜோன் மிஷேல், பிரான்ஸின் தெற்கு மூலையில் இருக்கும் பஸ்ரியா தீவின் வடகோடியில் இருக்கும் செயிண்ட் பஃளோரண்ட் (Saint-Florent) கடற்கரையோரக் கிராமத்தை சேர்ந்தவர். அவரது மனைவி ஆன் மேரி வியட்நாமைச் சேர்ந்தவள். அவர்கள் பிரான்ஸின் கிராமப்பக்கத்தைச் சேர்ந்தவர்கள் ஆகையால் பாரிஸின் நகரத்துப் பழக்கவழக்கங்கள் அவர்களிடம் ஒட்டவில்லை. ராகவனை தமது குடும்பத்தில் ஒருவனைப்போலவே பார்த்துக்கொண்டார்கள். அந்த உணவகத்தில் ஒரு வியட்நாமியன் ஷெஃப் ஆக இருந்தான். இவன் வியட்நாமியனுக்கு எடுபிடியாக இருந்தான்.

அந்த உணவகம் நாற்பது இருக்கைகளைக் கொண்டது. ராகவனுக்கு ஒன்றரை நாள் லீவுடன் தினமும் இரண்டு நேர வேலை. காலையில் "ரெஸ்ரோரண்ட்"க்கு வந்தால் காலையில் வந்த சலாட்டுகளை தண்ணியில் கழுவவேண்டும். ஐஸ் பெட்டிகளில் வந்த மீனுகள் எல்லாத்தையும் செதில் இல்லாமல் செய்து தலை வெட்டி கிளீன் பண்ணி வைக்கவேண்டும். புரூட் சலாட் செய்யவேண்டும். வெங்காயம் உரிக்க வேண்டும். உருளைக்கிளங்கு சீவிக் கொடுக்க வேண்டும். றால்கள் கோது உடைத்து வைக்கவேண்டும் என்று தலை முட்டிய வேலைகள் இவனுக்கு இருக்கும். இந்த நிகழ்ச்சி நிரல்கள் முடிய மத்தியானம் பன்னிரண்டு மணியாகி விடும். பின்னர் இரண்டு மணிவரை வாடிக்கையாளர்களுக்கு சேர்விஸ் நடக்கும். அப்பொழுது ராகவன் காலில் நாலு சில்லு பூட்டிக்கொண்டு நிற்பான். இரவும் இதே கதைதான். மூவர் செய்கின்ற வேலையை ஒருவன் செய்வதால் வேலை முடிந்து சாமம் பன்னிரண்டு மணிக்கு அறைக்குப் போகும் பொழுது ராகவன் எலும்புகள் எல்லாம் கழண்டுதான் போவான். ஆனால் ஜோன் மிஷேலின் பண்பாலும் நல்ல சம்பளத்தாலும் ராகவன் இவைகளை எல்லாம் தாங்கித் தரிக்க வேண்டியதாகி விட்டது.

★★★

ராகவன் பாரிஸ் வந்து இரண்டு குளிர் காலங்களைக் கண்டபொழுது கோண்டாவிலில் மாதுமைக்கு நான்கு வயது முடிந்து விட்டிருந்தது. அவள் ராகவனை படத்திலேயே கண்டு அப்பா என்று கூப்பிட்டாள். ஒருநாள் கோண்டாவில் நெட்டிலிப்பாய் ஏரியா பலாலி றோட்டில் நடந்த தொடர் தாக்குதலால் அல்லோலகல்லோலப்பட்டது. கிபீர் கனதரம் குத்தி எழும்பியது. மகேஸ்வரியும் மாதுமையும் பங்கருக்குள் பாய்ந்தாலும், கன சனத்துக்கு கண் மூடிமுழிக்க முதல் செல் சிதறல்கள் பாய்ந்து அவர்களைப் பரலோகம் அனுப்பின. பங்கருக்குள் இருந்த மகேஸ்வரியை மாதுமை கட்டிப்பிடித்திருந்தாலும் நன்றாக பயந்துபோய் விட்டிருந்தாள். அவளின் சின்னக் கண்கள் பிதுங்கி வெளியே வரும் போல இருந்தன. சத்தங்கள் எல்லாம் ஓய்ந்த பின்னர் மகேஸ்வரி மாதுமையுடன் பங்கரை விட்டு வெளியே வந்தாள். பங்கரை சுற்றி சில மீற்றருக்கு அப்பால் உள்ள இடங்கள் எல்லாமே மனித சிதறல்களாக இருந்தன. மகேஸ்வரிக்கு தலை சுற்றியது. இவைகளைப் பார்த்தகணமே மாதுமை வீரிட்டு அழுதாள். மகேஸ்வரி அவள் தலையை வேறுபக்கம் திருப்பியவாறே வீட்டுப்பக்கம் ஓடினாள். வீட்டு ஹோலின் நடுப்பக்கத்தில் செல் கோறி எடுத்து இருந்தது. சிவரெல்லாம் பாளம் பாளமாக

வெடித்து இருந்தது. அந்தநாளில் இருந்து அவளின் மனம், மாதுமையும் தானும் எப்படிப்பட்டாவது ராகவனிடம் போய் சேர்ந்து விடவேண்டும் என்று முடிவு கட்டியது.

ஒவ்வொரு வருட ஜுலை மாதத்து இறுதிக்கிழமையில் இருந்து ஜோன் மிஷேல் என்னதான் தலைபோகின்ற வியாபாரம் இருந்தாலும் அதை மூட்டைகட்டி வைத்துவிட்டுக் கோடைக்கால விடுமுறையைக் கழிக்க தனது சொந்தக்கிராமமான செயிண்ட் பஃளோரண்ட்-க்கு அவர் மனைவி ஆன் மேரியுடன் சென்று விடுவது வழக்கம். அப்பொழுது உணவகத்தில் வேலைசெய்யும் எல்லோருக்குமே விடுமுறைதான். இப்படியான ஒரு ஜுலை மாதத்து அதிகாலையில் ராகவனின் நித்திரைக்கு உலைவைத்தது மகேஸ்வரியின் தொலைபேசி அழைப்பு. எடுத்த எடுப்பிலேயே மகேஸ்வரி அழத்தொடங்கி விட்டாள். ராகவனுக்கு இருண்டது விடிஞ்சது தெரியவில்லை. அவளது அழுகையை அடக்கி என்ன விடயம் என்று அறிய அவன் அதிக நேரம் செலவழிக்க வேண்டி இருந்தது. ஒருவாறு மகேஸ்வரி நடந்த கதையெல்லாம் சொன்னாள். தன்னையும் மாதுமையையும் எப்பிடியாவது கூப்பிடச்சொன்னாள். ராகவனுக்கு தலை சுற்றியது. ஒருபக்கம் மாதுமையின் எதிர்காலம். மறுபக்கம் ராகவன் இப்பொழுதான் நிமிரத் தொடங்கி இருக்கின்றான். அவனால் மகேஸ்வரியின் கண்ணீரையும் மீற முடியவில்லை. ஒருமாதத்திற்குள் தான் கூப்பிடுவதாக அவளுக்குச் சொல்லிவிட்டு போனை வைத்தான்.

ராகவனுக்கு வருடாந்த விடுமுறை முடிந்து மீண்டும் வேலை தொடங்கிவிட்டது. வேலைக்கு வந்த ராகவன் மிகவும் குழம்பிப் போய் இருந்தான். அவனால் வேலையில் கவனம் செலுத்த முடியவில்லை. அவன் அவனையறியாது பல தவறுகளை விட ஆரம்பித்தான். தூரத்தே இவைகளை அவதானித்த ஜோன் மிஷேலின் மனம், “இவனுக்கு என்ன நடந்தது?” என்று எண்ணிக்கொண்டது. இதை வளரவிடாது அவனிடம் பேசவேண்டும் என்று அவர் எண்ணிக்கொண்டார். அன்று வேலை முடிந்து ராகவன் குசினியை விட்டு வெளியே வரும்பொழுது ஜோன் மிஷேலின் குரல் அவனைத் தடுத்து நிறுத்தியது. அவனை தன்முன்னால் மேசையில் இருக்கப்பண்ணிய ஜோன் மிஷேல், தனக்கு ஒரு பியரும், அவனுக்கு கபே எகஸ்பிறாசோவும் எடுத்துக்கொண்டு வந்து மேசையில் இருந்தார். ஆன் மேரியும் ஒரு தேநீரை எடுத்துக்கொண்டு அவருடன் இருந்தாள். ராகவன் என்னவோ ஏதோ என்று பயத்தில் குளிர்ந்து போய் இருந்தான். எடுத்த எடுப்பிலேயே ஜோன் மிஷேல்,

“உனக்கு என்ன நடந்தது? நீ முன்பு போல் வேலை செய்கின்றாய் இல்லை. எதுவானாலும் என்னிடம் சொல்லு” என்று ராகவனைப் பார்த்துக் கேட்டார். அவனுக்கும் தனது மனப்பாரங்களை இறக்க ஒரு வடிகால் தேவைப்பட்டது. அவனும் மகேஸ்வரிக்கும், மாதுமைக்கும் நடந்த கதைகளை சொன்னான். இதனால் தான் அவர்களை சட்டத்துக்குப் புறம்பாக தன்னிடம் கூப்பிட இருப்பதாகச் சொன்னான். அவனின் கதைகளை கேட்ட ஜோன் மிஷேல்,

“கவலைப்படாதே. ஏதாவது உதவிகள் வேண்டும் என்றால் என்னிடம் கேள். நான் செய்கின்றேன்” என்று அவனது முதுகில் ஆதரவாகத் தட்டினார். அடுத்த நாள் காலை ராகவன் வேலைக்குச் சென்றபொழுது அவனிடம் ஆன் மேரி, மாதுமைக்கு ஊதா கலரில் பொப்பிக் கை வைத்த ஒரு சட்டையும், மிக்கி மௌவுஸ் படம் போட்ட ஒரு கைக்கடிகாரமும் கொடுத்து தான் தந்ததாக அவளுக்கு அனுப்பிவிடச் சொன்னாள். ராகவனால் அழுகையை நிப்பாட்ட முடியவில்லை.

குழப்பத்தில் இருந்த ராகவனை ரகு என்ன பிரச்சனையென்று நோண்டினான். ராகவன் இருந்த குழப்ப மனநிலையில் எல்லாவற்றையும் ரகுவுக்கு சொன்னான். நாங்கள் எப்பவும் எமது பிரச்சனைகளை தொடர்ந்து காவும் வல்லமை இல்லாதவர்களாகத்தான் இருக்கின்றோம். உடனடியாக அதை வேறு ஒருவரின் தலையில் போட்டு பிரச்சனையில் இருந்து தப்பிக்கும் முனைப்பில்தான் இருக்கின்றோம். அதற்கு “மனப்பாரம் குறைகின்றது” என்று நொண்டி சமாதானம் சொல்லுகின்றோம். ஆனால், பிரச்சனை அப்படியேதான் எங்கள் மனதில் இருக்கின்றது. எங்கள் அந்தரங்கங்கள் தேவையில்லாது வேறு ஒருவருக்கு போகின்றதே என்று நாம் அறிவதில்லை. இப்படி செய்வதால் பலவேளை எமது பிரச்சனைகளுக்குத் தேவையில்லாத கிளைப்பிரச்சனைகள் வந்து சேர்வதை நாம் ஏனோ அறிவதில்லை. இதுபோலவே ராகவனின் செயலும் இருந்தது.

“மச்சான் உதுக்கே மண்டையை விடுறாய். உதெல்லாம் சிம்பிள் மாற்றார். நீ பொஃறின் மினிஸ்ரியாலை மகேஸ்வரியையும் மாதுமையையும் கூப்பிடக் குறைச்சது ரெண்டு வரியம் போகும். அதுக்குள்ளை அங்கை அவை உயிரோடை இருப்பினமோ எண்டது தெரியாது. எனக்கு தெரிஞ்ச ஒருத்தன் ஆக்களை கூப்பிடிறவன் இருக்கிறான் கண்டியோ. ஆள் பேக்காய். ஒவ்வொருமுறையும் புதுப்புது றூட்டாலை ஆக்களை கொண்டு வந்துவிடுவான். நாங்கள்

நம்பி அவனை பிடிக்கலாம். முதல் அரைவாசி காசு குடுக்கவேணும். மிச்சம் அவை இங்கை வந்தால் பிறகு குடுக்கவேணும். உனக்கு ஓக்கே எண்டால் சொல்லு. உடனை அவனோடை கதைப்பம்" என்று ராகவனுக்கு புத்தி சொல்வதே ரகுவின் கடமையாக இப்பொழுது இருந்தது. ஏனெனில், மாசிலாமணியரில் இழந்த டீலை இந்த சந்தர்ப்பத்தில் ரகு இழக்க விரும்பவில்லை. ஏலவே குழம்பிய நிலையில் இருந்த ராகவனுக்கு ரகு சொல்வதே சரி என்று பட்டது. அவன் பிடித்த இருபதினாயிரம் யூறோ சீட்டை எடுத்து தனது குடும்பத்தைக் கூப்பிட முடிவு செய்தான். ஒருநாள் ரகுவுடன் சேர்ந்து ஏஜென்சியுடன் கதைத்தார்கள். ஏஜென்சிக்கும் புதுறூட் போட வழிகிடைத்தது. ஒருமாதத்தில் அவனது குடும்பம் இங்கே நிற்பார்கள் என்று கற்பூரம் கொழுத்தி நூக்காத குறையாக ஏஜென்சி சொன்னான்.

***

அல்ஜீரியாவின் வடமேற்கு மூலையில் இருந்த ஒறான் (Oran) மீன்பிடி கிராமத்தின் மம்மல் பொழுதொன்றில் சிறியதும் இல்லாத பெரியதும் இல்லாத மீன்பிடி றோலர் ஒன்றில் முஸ்தபா, சுலைமான், இப்றாகிம், அபூபக்கர் ஆகியோர் அந்த றோலரை சரிபார்த்துக்கொண்டிருந்தார்கள். அந்த றோலர் தாளக்கட்டு மாறாத கடல் அலைகளுக்கு நடனம் ஆடியவாறு மிதவைகள் போடப்பட்ட சீமந்து கரையுடன் முட்டுவதும் விலகுவதுமாக நடனம் ஆடிக்கொண்டு இருந்தது. முஸ்தபா றோலரின் தலைமை ஓட்டியாக இருந்தான். சுலைமான் ரெக்னீசியனாக இருந்தான். அபூபக்கரும் இப்றாகீமும் உதவி ஓட்டிகளாக இருந்தார்கள். முஸ்தபா கொம்பாஸின் உதவியுடன் றோலர் போக இருக்கும் றூட்டைப் போட்டாலும் அவனது மனத்திரையில் வேறு றூட் ஒன்றும் ஓடிக்கொண்டிருந்தது. முஸ்தபாவின் கைகளுக்கு மத்தியதரைக்கடலின் சந்து பொந்துகள் எல்லாம் அடிமைகளாக இருந்தன. றேடர்களுக்கும், கண்காணிப்பு படைகளுக்கும் முஸ்தபா கண்ணுக்குள் விரலை விட்டு ஆட்டுவதில் வல்லவன். அந்த இறங்கு துறையின் வாயிலில் பஸ் ஒன்று ஐம்பது பேர் கொண்ட குழு ஒன்றை சத்தம் சந்தடியின்றி இறக்கிவிட்டு நகர்ந்தது. அந்தக்குழுவில் ஈரானியர், சிரியர், பாக்கிஸ்தானியர், பங்களாதேசியர் என்று பல நாட்டவர்களுடன் மகேஸ்வரியும் மாதுமையும் இருந்தார்கள். மாதுமைக்கு புதிய இடம், கடல் எல்லாம் சேர்த்து மிகவும் குஷியாக இருந்தாள். அவள் மகேஸ்வரியின் சொல்லுகேட்காமல் அங்கும் இங்குமாக பறந்து திரிந்தாள். மகேஸ்வரிக்கு மாதுமையை கட்டுப்படுத்துவதற்குள் போதும் போதுமென்றாகி விட்டது. இப்படி

குழப்படி செய்கின்ற மாதுமையுடன் எப்படி இந்தக் கப்பலில் இத்தாலிக்குப் போகமுடியும்? என்பதே அவளின் கவலையாக இருந்தது. கொழும்பில் இருந்து ஏஜென்சி எயார்ப்போர்ட் செற்றிங் செய்து பிரச்சனை இல்லாமல் அல்ஜீரியாவுக்கு வந்து சேர்ந்தது நெட்டிலிப்பாய் பிள்ளையாரின் கருணை என்றே அவள் நம்பினாள். தொடர் பயணத்தினால் அவள் மெலிந்து போய் இருந்தாள். மகேஸ்வரி மாதுமையை கண்ணுக்குள் எண்ணை விட்டு சாப்பாட்டு விடயத்தில் பார்த்துக்கொண்டாலும் மாதுமைக்கு அப்பாவை எப்பொழுது தான் பார்ப்பேன் என்ற கனவே இருந்தது. இதனால் அவள் சாப்பாடு சரியாக சாப்பிடாது சோர்ந்துபோய் இருந்தாலும் அவளின் துடியாட்டம் குறைந்தபாடில்லை.

அபூபக்கர் அவர்களை நோக்கி வந்து றோலரில் ஏறுமாறு சொன்னான். இடம் பிடிப்பதில் எல்லா நாட்டவர்களும் ஒரே மாதிரியாகத்தான் இருந்தார்கள். எல்லோருமே றோலரில் ஏறுவதற்குத் தள்ளுமுள்ளுப்பட்டார்கள். அபூபக்கர் அவர்களை பேசி ஒழுங்குபடுத்தினான். அவன் இயலாதவர்களையும் பெண்கள் பிள்ளைகளையும் முதலில் ஏறவிட்டான். கப்பலில் ஏற கஸ்ரப்பட்ட மகேஸ்வரியை தூக்கி ஏற்றிவிட்டு, மாதுமையை தூக்கி அவளைக் கொஞ்சியவாறே அவளிடம் கொடுத்தான். முதன்முதலில் ஓர் அந்நியனின் கை தன்மேல் படுவது அவளுக்கு ஒரு மாதிரியாக இருந்தது. ஆனால் பயணங்களில் இதெல்லாம் பாக்க முடியாது என்று அவள் தனது மனதைத் தேற்றிக்கொண்டாள். எல்லோரும் ஏறி முடிய றோலர் தனது நிலையில் இருந்து சிறிது கடலுக்குள் தாண்டது. அப்பொழுது கடல் பகுதியை இருள் தனது கட்டுக்குள் கொண்டுவந்து பதினொரு மணி ஆகியிருந்தது. இரண்டு எஞ்சின்களையும் அக்குவேறு ஆணிவேறாகப் பிரித்து மேய்ந்த சுலைமான் தனது பக்கம் சரி என்று முஸ்தபாவுக்கு வோக்கியினால் அறிவித்தான். கடல் நடமாட்டங்களை அவதானித்த அபூபக்கரும் இப்றாகீமும் ரூட் கிளியர் என்று சொன்னார்கள். "அல்லாஹு அக்பர்..." என்றவாறே முஸ்தபா றோலரின் என்ஜினை ஸ்ராட் பண்ணினான். மற்றைய மூவரும் தரையில் விழுந்து தொழுதார்கள். அவர்களைப் பார்த்த மாதுமையும் எதோ விளையாட்டு என்று நினைத்துவிட்டு அவர்களைப்போல தொழுது கைகளை விரித்தவாறு முழங்காலில் இருந்தாள். எதேச்சையாக திரும்பிய சுலைமான் மாதுமையின் செயலைப் பார்த்துச் சிரித்தான். றோலர் ஒறான் இறங்குதுறையில் இருந்து வடகிழக்குப் பக்கமாக இத்தாலியின் மர்சலா (Marsala) மீன்பிடி கிராமத்தை இலக்கு வைத்து மெதுவாக நகரத்தொடங்கி ஒறான் இறங்குதுறையை விட்டு வெளியே வந்து

மர்சலா நோக்கி வேகமெடுத்தது. தூரத்தே மெல்லிய வெளிச்சப் பொட்டுகளுடன் ஒறான் மெதுமெதுவாக மறைந்து கொண்டு வந்தது.

அன்று கருநீலக்கடல் அமைதியாகவே காணப்பட்டது. மேலே வானம் குழப்பங்கள் இன்றி துடைத்து விட்டால் போல் இருந்தது. தென்மேற்குப் பக்கமாக கடலில் இருந்து தெளிந்த வானத்தின் நட்சத்திரப்படுக்கைகளுக்கு இடையில் முழு நிலவு எழுந்து கொண்டிருந்தது. முஸ்தபாவின் மனதில் அல்லா தன்பக்கமே இருக்கின்றார் என்ற நம்பிக்கையைக் கொடுத்தது. றோலரின் அணியத்தில் அபூபக்கர் நின்றுகொண்டு கடலைத் தன கண்களால் துளாவிக்கொண்டிருந்தான். எஞ்சின் அறைக்கு கிட்டவாக சுலைமான் நின்று கொண்டான். பின்பக்கமாக இப்றாகிம் நின்று கொண்டான். இந்த கடல் இருக்கின்றதே தரையைவிட பல விசித்திரங்களை தனது வயிற்றில் வைத்துக்கொண்டு நல்ல பிள்ளையாக அதன் மேலே ஊரும் மனிதர்களுக்கு நடித்துக்கொண்டிருக்கும். எப்பொழுது தனது மறுபக்கத்தைக் காட்டும் என்று எந்தப்பெரிய விண்ணாதி விண்ணனான கடலோடியினாலும் கண்டுபிடிக்க முடியாத அற்புதமான சுரங்கம். இதனால்தானோ கடலை எமது இலக்கியங்கள் பெண்ணுடன் ஒப்பிட்டார்கள்? ஒருபக்கம் மனிதனை வாழ வைத்துக்கொண்டு மறுபக்கம் அவனைப் பழிவாங்கும் சாகசக்காரிதான் இந்தக்கடல். சிலவேளை அதன் கொடிய நாக்குகள் கரைகளில் தன்பாட்டில் இருந்த மனிதர்களையும் விட்டுவைத்ததில்லை. ஒன்றும் மிச்சம் விடாது அப்படியே வாரி அள்ளித் தன் வயிற்றுக்குள் போட்டுக்கொளும்.

கடலுக்குள் அகன்ற வட்டவடிவான நிலாவைக் கண்ட மாதுமை றோலருக்குள் ஓடித்திரிந்தாள். சிறிது நேரத்துக்குள்ளாகவே அவள் எல்லோரது கவனத்தையும் பெற்றுவிட்டாள். றோலரின் பின்பக்கமாக டொல்பின்கள் நீச்சல் அடித்துக்கொண்டு வந்தன. நிலாவைக் கண்ட சந்தோசத்தில் அவையும் குஷியாகி கடலுக்குள் டைவ் அடித்துக்கொண்டிருந்தன. அவைகள் டைவ் அடிக்கும் பொழுது அவற்றின் தோல்கள் நிலாவொளியில் மின்னின. டொல்பின்களை கண்ட மாதுமைக்கு தலைகால் தெரியவில்லை. ராகவனின் நினைவுகளில் மூழ்கியிருந்த மகேஸ்வரியை கூட்டி வந்து டொல்பின்களைக் காட்டினாள். ஆரம்பத்தில் மாதுமைக்காக அவைகளைப் பார்த்த மகேஸ்வரி இறுதியில் அவைகளின் கீ...கீ... என்ற ஒலிகளாலும், அவற்றின் வரிசைக்கிரமமான நீச்சலாலும் கவரப்பட்டாள்.

மாதுமை | 79

முஸ்தபாவின் வழிகாட்டலில் றோலர் இத்தாலியின் மர்சலா நோக்கி முன்னேறிக்கொண்டிருந்தது. தூரத்தே மேற்குத்திசையில் விடிவெள்ளி முளைத்து இருந்தது. அண்ணளவாக நேரம் அதிகாலை நான்கு மணியாக இருந்தது. றோலரில் இருந்த முக்கால்வாசிப்பேர் தூக்கத்தில் இருந்தார்கள். மாதுமை மகேஸ்வரியின் மடியில் ஓடிக்களைத்து படுத்திருந்தாள். மகேஸ்வரி கோழித்தூக்கத்தில் இருந்தாள். அலுத்துக் களைத்த முஸ்தபா அபூபக்கரிடம் பொறுப்பைக் கொடுத்துவிட்டு கொஞ்சநேரம் படுக்க கீழ்தளத்துக்கு வந்தான்.

சத்தம் சந்தடியில்லாது தென்மேற்கு மூலையில் செயிண்ட் புளோறண்ட் பகுதிக்கு அருகே மெடிற்ரிறேனியன் கடற்பகுதியில் தாழமுக்கம் ஒன்று உருவாகி ஒறா பக்கமாக நகர்ந்து கொண்டிருந்தது. தெளிவாக இருந்த வானம் கருமை படரத்தொடங்கியது. இவ்வளவு நேரமும் அமைதியாக இருந்த கடல் தனது அடுத்த பக்கத்தை காட்டத்தொடங்கியது. புயல் வேகமாக நகரத்தொடங்கியது. அலைகள் எம்பித்தாழ்ந்தன. சிறிதுநேரத்தில் மழைத்துளிகள் வேகமாக கடலைத் தொடத்தொடங்கின. இந்தக் கூத்துகள் நடந்தது தெரியாமல் றோலர் அதுபாட்டுக்குப் போய்க்கொண்டிருந்தது. தூரத்தே மின்னலொன்று வெட்டிக் கிழித்துக் கடலுக்குள் இறங்கியது. அபூபக்கர் மின்னலைக் கண்டவுடன் றேடரில் றோலரின் நிலையைப் பார்த்தான். றோலர் மர்சலாவுக்கு 50 கடல் மைல் தூரத்தில் நின்றது. மீண்டும் வெட்டிக்கிழித்த மின்னலில் டொர்னாடோ ஒன்று வருவதை அவதானித்தான். சுலைமான், இப்ராகிம் ஆகியோர் அபூபக்கருக்கு கிட்ட வந்து விட்டார்கள். சுலைமானின் பேரனார் கடல் பிசாசு பற்றி செவிவழிக் கதைகளை அவனுக்கு சொல்லியிருக்கின்றார். இது கடல் பிசாசாக இருக்குமோ என்று சுலைமான் சந்தேகப்பட்டான். கடல் கொந்தளித்தது. அலைகள் தூக்கி அடித்தன. றோலரின் முன்பக்கத்தை அலைகள் முத்தமிட்டன. தண்ணீர் எங்கும் பரவி மீண்டும் கீழே கடலுக்குள் வடிந்தது. இதனால் அபூபக்கருக்கு முன்னே என்ன நடக்கின்றது என்று தெரியாமல் இருந்தது. அவன் ஒரு குத்துமதிப்பில் சுக்கானை பிடித்துக்கொண்டிருந்தான். றோலருக்குள் இருந்த எல்லோரும் நித்திரையால் முழித்து விட்டார்கள். இருந்தால் போல் றோலரின் எஞ்சின் இயங்க மறுத்து அடம் பிடித்தது. சுலைமான் நின்ற என்ஜினை இயங்கச்செய்யப் போராடிக்கொண்டிருந்தான். காற்றிலே சிக்கிய றோலர் திசைமாறத் தொடங்கியது.

எல்லோருமே தங்கள் தங்கள் கடவுளை கும்பிடத்தொடங்கினார்கள். மாதுமை வீரிட்டு அழத்தொடங்கினாள். றோலரின் பயங்கர ஆட்டத்தால் நித்திரை குலைந்த முஸ்தபா அபூபக்கரிடம் ஓடி வந்தான். அவனிடம் சுக்கானை வாங்கி றோலரை சரியான பாதைக்கு

திருப்பத் தொடங்கிய பொழுது சுக்கான் பெல்ட் அறுந்து போனது. அலைகள் றோலரை தூக்கித் தூக்கிப் போட்டன. றோலரை சுற்றி எங்கும் இருள் அப்பியிருந்தது. அதன் அருகே எங்கும் கப்பல்கள் வருவதற்கான அறிகுறிகள் தெரியவில்லை. சுலைமான் வெளிச்ச வெடிகளை நாலுபக்கமும் கொழுத்தி எறிந்தான். முஸ்தபாவுக்கு நம்பிக்கையின் ஒளி குறையத்தொடங்கியது. அதை மற்றையவர்களுக்கு வெளிக்காட்டாது அவனது மூளை வேலைசெய்து கொண்டிருந்தது. றோலர் காற்றின் வேகத்தில் திசைமாறி செயிண்ட் புளோரண்ட் பக்கமாக நகரத்தொடங்கியது. திடீரென்று வந்த பெரிய அலையொன்று றோலரை உயரத்தூக்கி ஆழ்கடலின் கீழே நீட்டிக்கொண்டிருந்த இருந்த பாறை ஒன்றில் இறக்கியது. அது றோலரின் நடுப்பகுதியை சரியாக உடைத்தது. கண்ணிமைக்கும் நேரத்தில் றோலறிற்குள் தண்ணீர் பரவி அதன் முன்பக்கம் நீருக்குள் அமிழத்தொடங்கியது.

காலத்தை அதிக நேரங் காக்க வைக்காது றோலரைக் கடல் தன்னுள் புதைத்துக்கொண்டது. எல்லோரிடமும் கடைசிநிமிட போராட்டம் மிகுந்து இருந்தது. மகேஸ்வரி மாதுமையை ஒருகையால் பிடித்துக்கொண்டு கடலினுள் கால்களை அடித்தாள். குளிர் தண்ணியில் அவள் உடல் விறைக்கத்தொடங்கியது. அவளின் கண்களில் ராகவனின் முகமே வந்து போனது. அலையின் வேகத்தில் மாதுமை அவளின் கைகளில் இருந்து விடுபட்டு அலைகளில் அள்ளுப்படத்தொடங்கினாள். இப்பொழுது வெளிச்சம் கடலில் வரத்தொடங்கி விட்டது. பயணப்பொதிகளும் உடைந்த றோலரின் பகுதிகளுமே கடலில் மிதந்து கொண்டிருந்தன. மீன்களுக்கு அன்று கொழுத்த வேட்டையாக இருந்தது. அதிகாலைப் பொழுதில் கடற்கரையோரமாக ஜோன் மிஷேலும் மேரி ஆன்-உம் மீன்வாடையுடன் கூடிய காற்றை ஆழமாக உள்ளிளுத்து விட்டவாறு வேகநடையில் நடந்து வந்து கொண்டிருந்தபொழுது, தூரத்தில் தலை குப்பற ஒரு சின்னஞ்சிறிய உருவம் கடல் அலைகளின் தாலாட்டில் கரைக்கும் அலைக்கும் இடையில் போக்குக்காட்டிக்கொண்டு கிடந்தது. கடற்பறவைகள் அவல ஒலி எழுப்பி அதன் மேலே சுற்றி சுற்றிப் பறந்து கொண்டிருந்தன. அவர்கள் அந்தச் சிறிய உருவத்தை அண்மித்தபொழுது அதன் உடலில் ஊதாக் கலர் பொப்பிக் கை வைத்த சட்டையும், கையில் ஆறு மணியுடன் இயக்கத்தை நிறுத்தியிருந்த மிக்கி படம் போட்ட கைக்கடிகாரமும் இருந்தது.

யாவும் உண்மை கலந்த கற்பனை.

- ஜீவநதி, 30 கார்த்திகை 2015

○ ○ ○

பருப்பு

கோண்டாவில் கதிரவேலருக்கும் அன்னபூரணிக்கும் பிறந்த சிவகுமாரன் என்ற சிவாவை எல்லோருமே மறந்து விட்டிருந்தார்கள். “பருப்பு” என்ற அவனது பட்டப்பெயரே எல்லோருக்கும் தெரிந்திருந்தது. சிறு வயதில் சிவாவாக இருந்த அவன் மைனராகி மேஜராகும்பொழுது வகுப்பறையிலும் சரி, ஊரின் கோயில் திருவிழாக்களிலும் சரி அவன் ஒரு பருப்பாகவே இருந்தான். ஒருமுறை அவனது வகுப்பறைத் தோழன் இவனது அலப்பரை தாங்காமல், “நீ... என்ன பெரிய பருப்பா?” என்று கேட்டதற்கு அந்த வகுப்பறைத் தோழனை சிவா துவட்டி எடுத்து விட்டிருந்தான். இந்த நிகழ்ச்சியினால் சிவாவிடம் ஒரு சண்டியன் என்ற ஹீரோ தன்மையும் கூடுதல் தகுதியாக ஒட்டிக்கொண்டது. அன்றிலிருந்து சிவாவுக்கு “பருப்பு” என்ற பட்டப்பெயரும் நண்பர்களால் இலவசமாகக் கொடுக்கப்பட்டது. பள்ளிக்கூடத்தில் நடக்கின்ற எல்லா விளையாட்டுப் போட்டிகளிலும் சிவாதான் பருப்பு. புட்போல் விளையாட்டில் சிவா ஒரு சூரன். அப்பொழுது இளைஞர்களிடம் கராட்டி பழகுகின்ற மோகம் இருந்தது. சிவா கராட்டியையும் விட்டு வைக்காது அதிலும் பருப்பாக இருந்தான். சிவா கராட்டியில் கறுப்பு பட்டி வாங்கியிருந்தான். இப்படி எல்லா விளையாட்டுகளிலும் சிவா பருப்பாக இருந்து அவனது உடம்பு ஒரு பொலி காளை போல் அழகாக இருந்தது. சிவா எப்பொழுதும் தனது கட்ஸ்சுகளை காட்ட சேர்ட்டு கையை தோள்மூட்டு வரை நன்றாக சுருட்டி விட்டிருப்பான். தனது விரிந்த மார்பையும் பெட்டையளுக்கு காட்டுவதில்

முனைப்பாக இருந்தான். அத்துடன் சிவா சிறுவயதில் பருப்புக்கறிப் பிரியன். மூன்று வேளையும் பாணும் பருப்புக்கறியும் கொடுத்தால் எதுவும் சொல்லாது, அளவுக்கு மீறி சாப்பிடக்கூடியவன். அதுவும் அவனது அம்மா அன்னபூரணியின் கைப்பக்குவத்துக்கு நிகராக யாருமே பருப்புக்கறி வைக்கமாட்டார்கள் என்ற எண்ணப்பாடே அவனுக்கு அவன் மண்டையில் ஒட்டி இருந்தது. சிவா பருப்பாக இருந்ததுக்கு வேறு ஒரு காரணமும் இருந்தது. அவனது தந்தை கதிரவேலர் கோண்டாவில் இந்து தமிழ் கலவன் பாடசாலையில் ஆங்கில வாத்தியாராக இருந்தார். அத்துடன் இயக்கம் அமைத்திருந்த பிரஜைகள் குழு தலைவராகவும் கதிரவேலர்தான் இருந்தார். கதிரவேலரின் இந்தத் தகுதி நிலைகளும் சிவாவுக்கு எல்லாவற்றிலும் பருப்பாக இருக்க வைத்தது.

★★★

குரங்கு அப்பம் பிரித்த கதையாக சமாதானம் பேசவந்தோம் என்று அந்நியப்படைகள் ஈழ மண்ணில் மூலை முடுக்கெல்லாம் விரவியிருந்த காலத்தில் எல்லோரையும்போலப் பருப்பின் வாழ்கையிலும் இரண்டு பெரிய சூறாவளிகள் அடித்தன. அவைகள் அவனது வாழ்க்கையையே புரட்டிப்போட்டன. கோண்டாவிலிலும் அதனைச் சுற்றியுள்ள பகுதிகளிலும் உள்ள பெடியளுக்குக் கதிரவேலர் ஒரு கடவுளாகவே இருந்தார். அந்த நேரத்தில் அமைதிப்படைகள் நடத்தும் சுற்றிவளைப்பில் சந்தேகத்தின் பேரில் கைதாகும் பெடியளைக் கதிரவேலர் தனது ஆங்கில அறிவாலும் பிரைஜைகள் குழுவின் தலைவர் என்ற முறையிலும் அமைதிப்படை முகாம்களுக்கு சென்று கைதான பெடியளை மீட்டு வருவதுண்டு. இந்தத் தொடர்பால் அமைதிப்படைக்கும் கதிரவேலருக்கும் ஒரு சிநேகபூர்வமான தொடர்புகள் இருந்தது. கதிரவேலர் மீது முன்பு நடந்த காணிப்பிரச்சனையில் கறள் வைத்திருந்த விநாசித்தம்பி இயக்கத்துக்குக் கதிரவேலரைப்பற்றி அண்டிவிட, ஒருநாள் மாலை கதிரவேலரை இயக்கம் ‘விசாரணைக்கு’ என்று கூட்டிச்சென்றது.

“ஒண்டுக்கும் யோசியாதையுங்கோ. நாங்கள் விசாரணைக்குத்தான் கூட்டிக்கொண்டு போறம். உங்கடை அவரை திருப்பி கொண்டுவந்து விடுவம்” என்று இயக்கம் அழுது குழறிய அன்னபூரணியை சமாதனப்படுத்தியது.

“எங்கடை பெடியள் தானே. அவருக்கு ஒண்டும் செய்யமாட்டாங்கள்” என்று அன்னபூரணி இயக்கத்தின் கதையை மனதார நம்பினாள். விசாரணைக்குச் சென்ற கதிரவேலர், மறுநாள்

அதிகாலையில் உப்புமடச்சந்தியில் இருந்த லைற் போஸ்ற்றில் "நாட்டைக் காட்டிக் கொடுக்கும் துரோகிக்கு நாங்கள் கொடுத்த தண்டனை" என்ற வாசகத்துடன் நெற்றியில் குண்டுபட்டு ரத்தம் வடிந்த நிலையில் யேசுவாகத் தொங்கினார். அன்னபூரணி துயரம் தாங்காமல் இயக்கத்துக்கு மண்ணை அள்ளி எறிந்து சாபம் கொடுத்தாள். இப்படிப் பல அன்னபூரணிகளின் வயித்தெரிவுகளும் சாபங்களும் வருங்காலத்தில் இயக்கத்துக்கு வேட்டு வைக்கும் என்பதை இயக்கம் அப்பொழுது உணரவில்லை. கதிரவேலருக்கு இயக்கம் செய்த அடாத்தான வேலையால் பருப்பின் அம்மா அன்னபூரணி நிலைகுலைந்தாள். இயல்பு நிலைகள் குழம்பிய அந்தக்காலத்தில் கதிரவேலரின் ஓய்வூதியம் எட்டாக்கனியாகவே இருந்தது. சாரைப்பாம்பு மெதுவாகத் தன் இரையை விழுங்குவது போல வறுமை பருப்பையும் அன்னபூரணியையும் தன் பிடியினுள் கொண்டுவந்தது. வறுமையைப் போக்க பருப்பும் அவனது அம்மாவும் நிறையவே போராட வேண்டியிருந்தது. வெளியில் சென்றறியாத அன்னபூரணி இப்பொழுது பீடி சுற்றச் சென்றாள். பருப்பு தொடர்ந்து படிக்க முடியாத நிலையில் தோட்டம் கொத்த வெளிக்கிட்டான். தொடர்ச்சியான தோட்ட வேலையினால் பருப்பின் உடல் முறுக்கேறி உருண்டு திரண்டிருந்தது. காலப்போக்கில் அதுவே அவனுக்கு வினையாகும் என்று அவன் நினைத்தும் பார்த்திருக்கவில்லை.

ஒருநாள் அதிகாலையில் மருதனார்மடச்சந்தியின் அருகே வந்துகொண்டிருந்த இந்திய அமைதிப்படை கவச வாகனத் தொடரணிக்கு இயக்கம் வைத்த கண்ணி வெடியினால் கோண்டாவிலும் அதன் சுற்றுப்புறமும் அல்லோலகல்லோலப்பட்டது. பருப்பும் அவனையொத்த பல இளைஞர்களும், அவனது பள்ளித்தோழர்களும் அமைதிப்படையால் நெட்டிலிப்பாய் பிள்ளையார் கோயிலடியில் பெண்டருடன் படுக்க வைக்கப்பட்டிருந்தார்கள். பருப்புக்குத் தான் எல்லோருக்கும் முன்னால் அரை நிர்வாணமாகப் படுத்திருந்தது அவன் வாழ்வில் பெரும் அவமானமாக இருந்தது. எல்லோரையும் இயக்கம் எங்கே என்று கேட்டு அடித்த அடியில் மனரீதியாக பலர் குழம்பிப் போய் இருந்தனர். விசாரணையில் தாங்கள் என்னென்ன சொல்லித் தப்பிக்க வேண்டும் என்று தங்களுக்குள் ஆயத்தப்படுத்திக்கொண்டிருந்தனர். பருப்போ எதுவும் நினைக்கத் தோன்றாமல் எல்லோருடனும் வரிசையாகப் படுத்திருந்தான். விசாரணைகள் ஆரம்பமாகின. மொழிபெயர்ப்புக்கு மெட்ராஸ் ரெஜிமெண்டைச் சேர்ந்த ஒரு படையதிகாரி ஒத்தாசையாக இருந்தான். பருப்பின் முறை

வந்தபொழுது படையதிகாரியின் முன்னால் பருப்பு குந்தி இருக்க வைக்கப்பட்டான். எதற்கும் பயப்படாத பருப்பு முதன்முறையாகப் பயத்தின் சிலீரிடலை உணரத்தொடங்கினான். அவனது முறுக்கேறிய உடம்பைப் பார்த்து படையதிகாரிக்கு சந்தேகம் என்ற பூ மொக்கவிழ்க்கும் பொழுது, வினை அவனது பள்ளிக்கூட வகுப்பறைத்தோழன் மூலம் வந்தது. “நீ என்ன பெரிய பருப்போ?” என்று கேட்டு பருப்பிடம் அடிவாங்கிய அந்த வகுப்பறைத்தோழன், அமைதிப்படையின் அடிஅகோரம் தாங்காமல் இப்பொழுது சரியான நேரம் பார்த்து பருப்புக்குத் தன் கணக்கை தீர்த்து விட்டான்.

கொழுத்த புலி மாட்டிவிட்ட நிலையில் கைகள் பிணைக்கப்பட்டு பருப்பு அமைதிப்படையால் ராணுவ வண்டியில் ஏற்றப்பட்டான். பலாலி படைத்தளத்துக்குக் கொண்டுசெல்லப்பட்ட பருப்புக்கு அவன் வாழ்க்கையிலேயே பார்த்திராத வேறொரு உலகம் அங்கு இருந்தது. இயக்கம் என்று சந்தேகப்படுபவர்கள் குற்றும் குலையுயிருமாக அங்கு செல்களில் இருந்தார்கள். சிலருக்கு அமைதிப்படை அடித்த அடியில் மனநிலை பாதிக்கப்பட்டிருந்தது. பருப்பு வேள்விக்கு வெட்டக் கொண்டு வந்த செம்மறி ஆடு போல மிரட்சியுடன் அந்த இடத்தைப் பார்த்தான். பருப்பு ராணுவ வண்டியில் கீழே படுக்கவைக்கப்பட்டு பருப்பின் மேல் ராணுவ சப்பாத்துக்கள் உழக்கியதால் தோல்களில் சிராய்ப்பு ஏற்பட்டு ரத்தம் வந்து கொண்டிருந்தது. அவன் பின்னால் இறுக்கிக் கட்டிய கைகள் ரத்தம் கண்டி வலித்தன. மீண்டும் அங்கு விசாரணைகள் ஆரம்பமாகின. படையதிகாரிக்கு முன்னால் நிலத்தில் குந்தியிருக்கவைக்கப்பட்ட பருப்பு ஓர் அப்பாவித்தனமான முகபாவனையை வரவழைத்துக்கொண்டான். படையதிகாரியின் முகம் இறுகிக்காணப்பட்டது. படையதிகாரி எந்த மனநிலையில் இருக்கின்றான் என்று பருப்பால் மட்டுக்கட்ட முடியவில்லை. படையதிகாரி ஆரம்பத்தில் நட்புடன் தனது விசாரணையை ஆரம்பித்தான். பருப்பு எல்லாக் கேள்விக்கும் தனக்கும் இயக்கத்துக்கும் சம்பந்தமில்லை என்று சாதித்துக் கொண்டிருந்தான். ஒரு கட்டத்துக்கு மேல் படையதிகாரியின் துன்புறுத்தலினால் மூக்கின்மேல் கோபம் வந்த பருப்பு படையதிகாரியின் முகத்தின் மேல் காறித்துப்பி விட்டான். பருப்பு படையதிகாரியின் முகத்தில் காறித்துப்பியதைக் கண்ட படையதிகாரிக்குப் பாதுகாப்புக்காக பக்கத்தில் நின்ற அமைதிப்படையினர் பருப்பை நன்றாகவே வேகவைத்து விட்டார்கள். அடித்த அடியில் பருப்பின் அழகிய முகம் ரணகளமாகிவிட்டது. அடித்தவர்களை தனது அதிகாரத்தால் நிறுத்திய

படையதிகாரி பருப்பை செல்லில் அடைக்கும்படி சொல்லிவிட்டு சென்று விட்டான்.

அன்றைய பகல் முடிந்து இரவு வந்துகொண்டிருந்தது. வெளியே ஒரே இருட்டாக இருந்தது. அடி வலியினால் செல்லில் பருப்பு அனுங்கிக்கொண்டு இருந்தான். அன்றையபொழுது அவனுக்கு நரகவேதனையாக இருந்தது. அந்த முகாம் எதுவித சத்தமும் இல்லாமல் அமைதியாக இருந்தது. இடையிடையே படையினர் நடக்கும் பூட்ஸ் ஒலிகள் மட்டுமே அந்த முகாமின் அமைதியைக் குலைத்தன. சிறிது நேரத்தில் அவையும் அடங்கின. பருப்பு எப்படி நித்திரையானான் என்று அவனுக்கே தெரியவில்லை. திடீரென செல்லின் கதவு மெதுவாகத் திறக்கும் சத்தம் கேட்டு பருப்பு முழித்துப் பார்த்தான். அவனால் எழுந்திருக்க முடியவில்லை. அவனது முகத்தில் ரோச் லைற் வெளிச்சம் வந்து விழுந்தது. எதிரே பகலில் விசாரணை செய்த படையதிகாரி சீருடையில் இல்லாது கம்பீரமாக நின்றது பருப்புக்கு மங்கலாகத் தெரிந்தது. கண்ணிமைக்கும் நேரத்தில் பருப்பின் பின்னே வந்த அந்தப் படையதிகாரி பருப்பின் கைகளை இறுக்கப் பிடித்தவாறே பருப்பை பின்புறமாக வன்புணர்வு செய்ய ஆரம்பித்தான். பருப்பு வலிதாங்க முடியாது 'வேண்டாம் சேர்.. வேண்டாம் சேர்...' என்று குழறத்தொடங்கி விட்டான். பருப்பின் குழறல் அங்கு எடுபடவில்லை. அந்தக் குழறல் ஒலி பலாலி படைத்தளத்தின் காற்றில் கரைந்து விட்டிருந்தது. இறுதியில் பருப்பு கிழிந்த நாராக பின்புறம் ரத்தம் கசிந்த நிலையில் செல்லில் கிடந்தான். அன்னபூரணி, கோண்டாவில் சமாதான நீதவான் கந்தவனம் ஆகியோரது முயற்சியில் பருப்பு பலாலி படைத்தளத்தில் இருந்து விடுவிக்கப்பட்டான்.

பருப்பு விடுவிக்கப்பட்டு ஒரு மாதம் கடந்தபொழுதும் அவனால் படைத்தளத்தில் நடந்த அந்த கேடுகெட்ட சம்பவத்தை இலகுவாக மறக்கவோ, அந்த அவமானத்தைத் தாங்கவோ முடியவில்லை. இரவில் நித்திரை வராது எழும்பி இருந்தான். மகனின் மாற்றங்களை அவதானித்த அன்னபூரணி அவனின் பாதுகாப்புக்காக வெளிநாடு போக வற்புறுத்தத் தொடங்கினாள். ஆனால், பருப்புக்கு அம்மாவை தனியே விட்டுப் போக அவன் மனச்சாட்சி இடங்கொடுக்கவில்லை. இதனால் வீட்டில் இருவருக்கும் பேச்சு குறைந்தது. இறுதியில் அன்னபூரணியின் கண்ணீரே வென்றது. பருப்பு தன்னைப் பாதுகாத்துக்கொள்ள பிரான்ஸ் செல்ல முடிவெடுத்தான்.

★★★

சைபருக்கும் ஒன்றுக்கும் இடையில் குளிர் நடனமாடிய 1989ஆம் ஆண்டின் ஒரு பனிக்காலத்தின் நடுப்பகுதியில் பருப்பு ஏழுமலைதாண்டி பிரான்ஸ் வந்து சேர்ந்திருந்தான். மந்தையில் துலைந்த செம்மறி ஆடுபோல பாரிஸ் பருப்பை ஆரம்பத்தில் மிரள வைத்தது. அன்னபூரணியின் தூரத்து உறவினன் ஒருவன் பருப்பு இருப்பதற்கு இடம் கொடுத்தான். முப்பத்தி ஐந்து சதுரமீற்றர் பரப்பளவைக்கொண்ட அந்த அறையில் இருந்த பதினான்கு பேருடன் பதினைந்தாவது ஆளாகப் பருப்பு சேர்ந்து கொண்டான். அந்த அறையில் எல்லோருமே முறைவைத்து படுத்து எழும்பி வந்தார்கள். ஒரு சிலரே வேலைக்குச் சென்றார்கள். சமையல் முறைவைத்து சமைக்கப்பட்டது. பெரிய பானையில் சோறும், ஓர் இறைச்சிக் கறியும் ஒரு மரக்கறியும் தினசரி உணவாகின. பருப்பின் சமையல்முறை வரும்பொழுது கோழிக்கறியும் பருப்புக் கறியும் வைப்பான். ஆனாலும் அவனால் அன்னபூரணிபோல பருப்புக்கறி வைக்க முடியவில்லை. ஒருநாள் அவன் பருப்புக்கறி வைக்கும் பொழுது பருப்புக்கு ஏனோ அவன் அம்மாவின் நினைவுகளே மண்டையில் சுழன்றடித்தது. அவன் அம்மா பருப்புக் கறி செய்வதில் விண்ணான விண்ணி. பயத்தம் பருப்பை தண்ணியிலை போட்டு அது கொதிச்சு வர சின்ன வெங்காயம், பிஞ்சு மிளகாய், உப்பு, கொஞ்சம் மஞ்சள் தூள் எல்லாம் போட்டுக் கொஞ்ச நேரத்தாலை மிளகும் உள்ளியும் அம்மியிலை போட்டு நல்லாய் விழுதுபட அரைச்சு அதையும் போட்டு, மூண்டு நாலு கறிவேப்பம் இலையைக் கிள்ளிப் போட்டுப் பருப்பை நல்லாய் அவியவிடாமல் அரை அவியலில் அம்மா செய்யும் பருப்புக்கறியுடன் பாண் தின்ற நினைவு வந்து கண் விழித்திரையை மங்கலாக்கியது.

***

பரிசுகெட்ட ஊரான பாரிஸில் பருப்பு தனது இருப்புக்கு நிறையவே போராட வேண்டி இருந்தது. அப்பொழுது அவனுக்கு பிரான்ஸ் உள்துறை அமைச்சு சிவப்பு விசாவே வழங்கியிருந்தது. அதில் அவன் வேலை செய்யலாம் ஆனால், அவனது அகதி அந்தஸ்துக் கோரிக்கை பிரான்சினால் அங்கீகரிக்கப்படவில்லை. அவனது அம்மாவையிட்ட கவலைகள் கறையான் புற்றுப்போல அவனுள் வளர்ந்து கொண்டிருந்தன. அவன் இருந்த அறையில் இருந்த சுகாதாரக்குறைபாடு அவனுக்கு சிறுவயதில் இருந்த கிரந்திச் சொறியை மீளவும் கொண்டு வந்திருந்தது. அந்த அறையில் இருந்தவர்களில் பாதிப்பேருக்கு இந்த சொறி வியாதி இருந்தது. எல்லோருமே கடலை வறுத்துக்கொண்டிருந்தார்கள். ஒருநாள் அவனது நண்பன் சொறிந்தபடி பருப்பை பார்த்துச் சொன்னான்,

“சொறிஞ்சால் நல்ல ரேஸ்ற்ராய் இருக்கும் மச்சான்.”

“ஏன் ?” என்ற பருப்புக்கு,

“உனக்கு இப்பத்தானே சொறி வந்திருக்கு. சொறிஞ்சு பார் பேந்து தெரியும்” என்றான். அவனது சொல்லை பருப்பின் மனம் நம்ப மறுத்தது. உண்மையில் சொறிதலுக்கும் அதனால் வரும் இன்பத்துக்கும் என்ன சம்பந்தம் என்று அவனது மனம் அலைபாய்ந்தது. சாதாரணமாகத் தோலில் வரும் சிறு கொப்பளங்கள் நமைச்சலைக் கொடுக்கும். அதனால் சொறிய வேண்டும் என்ற உணர்வைக் கொடுக்கும். ஆனால், அவன் சொறிந்தால் இறுதியில் வலியே மிஞ்சியது. ஏன் அதை இன்பம் என்று அறை நண்பர்கள் சொல்கின்றார்கள்? ஏனோ பருப்புக்கு சொறிக்கும் இன்பத்துக்கும் முரணாகவே தெரிந்தது.

பருப்பின் பாரிஸ் வாழ்க்கை வருடம் மூன்றை அடைந்திருந்தது. இந்த மூன்று வருட ஓட்டம் பருப்பை நன்றாகவே அலைக்களித்திருந்தது. தொடர்ந்த அம்மாவையிட்ட கவலைகளும். பலாலி படை முகாமில் நடந்த அந்த வன்புணர்வு சம்பவமும் மனதில் ஆழ வேரூன்றி, அதன் விளைவாக வலிப்பு என்ற புது வியாதியை அவனுக்கு ஏற்படுத்தியிருந்தது. இந்த வலிப்பால் அவனது இயல்பு வாழ்க்கை பாதிக்கப்பட்டது. பருப்பால் தொடர்ந்து ஓரிடத்தில் வேலை செய்ய முடியவில்லை. பருப்பு பல இடங்களில் வேலை செய்து இறுதியில் வலிப்பு வியாதியால் வேலையே செய்யமுடியாத அளவுக்கு வந்தது. அத்துடன் அறையில் வழமைபோல எல்லாத்திலும் பருப்பாகவே இருந்தான். இதனால் ஒரு கட்டத்தில் அறை நண்பர்கள் பருப்பின் அலப்பரைகள் தாங்க முடியாது பருப்பை பிடித்து வெளியே விட்டுவிட்டார்கள். நொண்டிக்குதிரையில் யார்தான் காசு கட்ட விரும்புவார்கள்? இப்பொழுது பருப்பு றோட்டுக்கு வந்து ஆறு மாதங்கள் முடிவடைந்து விட்டிருந்தன. இப்பொழுது பருப்பின் வாழ்விடம் றோட்டுக்கு மேலேபோகும் மெட்ரோ ஜூறெஸ் தண்டவாளத்துக்கு கீழே உள்ள இடமாக மாறியிருந்தது. குளிப்பதற்கு பொதுக் குளிப்பறையை பாவித்தான். இயற்கை கடன்களையும் பொதுக்கழிப்பறையில் கழித்துக்கொண்டான். தனது வாழ்க்கை இப்படித் தடம் மாறும் என்று பருப்பு நினைத்தே பார்த்திருக்கவில்லை.

★★★

கோடைக்கால இரவு ஒன்றில் பருப்பு மெட்றோ "ஜௌறஸ்"க்கு அருகே உள்ள ஆற்றங்கரையில் இருந்து தீவிரமாக யோசித்துக்கொண்டிருந்தான். தனது வாழ்க்கை இப்படி இருண்டதை அவனால் தாங்க முடியவில்லை. அவன் திரும்பி எழுவதற்கான சாத்தியங்கள் தூரத்தே தெரியும் நட்சத்திரங்களாக கண்ணாமூச்சி காட்டிக்கொண்டிருந்தன. வாழ்க்கையில் எதுவுமே வெற்றி என்று ஒன்றில்லை. வெற்றி என்ற எக்களிப்பில் தோல்வியானது ஒரு கரையான்புற்றுப்போல எங்கோ ஓர் அடிமூலையில் ஒட்டிக்கொண்டிருக்கும். காலப்போக்கில் அது படிப்படியாக வளர்ந்து வெற்றியை பெயரற்றது ஆக்கிவிடும். நாம் கடந்து வந்த காலடிச்சுவடுகள் எம்மைப்பார்த்து எள்ளி நகைக்கும். இதற்கா இவ்வளவு அற்பத்தனமாய் நடந்துகொண்டாய் என்று அது மனதைப்பிடித்து ஒரு பிராண்டு பிராண்டும். அப்பொழுது எமக்கு வயது போயிருக்கும். அனுபவம் மட்டுமே மிஞ்சி இருக்கும். அப்பொழுது மனநிம்மதியும் வெறுமையும் கேள்விக்குறியாகி இருக்கும். பருப்பும் ஒருவகையில் இந்த நிலைக்கு தள்ளப்பட்டுக் கொண்டிருந்தான். இதுவரை அவனிடம் சந்தோசமாகக் குடியிருந்த நிம்மதி எதோ ஒருவகையில் அவனைவிட்டு ஓர் எட்டு தள்ளியே நிற்கின்றது. அவன் ஒழுங்காகச் சாப்பிட்டு நாட்கள் மூன்றாகியிருந்தன.

அந்த ஆற்றங்கரையோரத்தில் மனித நடமாட்டம் படிப்படியாகக் குறைந்து பருப்பு மட்டுமே தனியே இருந்தான். கால்வாயின் இருபக்கமும் கட்டடங்கள் உயர்ந்து நின்றன. அந்த ஆறு செயற்கை முறையில் கால்வாயாக வெட்டப்பட்டிருந்தது. அதன் இரு கரைகளிலும் நடப்பட்டிருந்த பைன் மரங்கள் சடைத்து நிழல் பரப்பியிருந்தன. வானத்தில் நட்சத்திரங்கள் பூக்கத்தொடங்கிவிட்டன. மூன்றாம் பிறை வானத்தின் மேலே எழுந்தது. ஆற்றில் மிதந்து கொண்டிருந்த வாத்துகளின் க்ராக்... க்ராக்... ஒலியே அப்பொழுது கேட்டுக்கொண்டிருந்தது. அந்த இடத்தில் சிறிய அளவில் குளிர்காற்று வீசத்தொடங்கியது. ஆற்றங்கரைக்கு அருகே இருந்த பிரதான வீதியில் ஓர் ஆடம்பரக் கார் ஒன்று வழுக்கியபடியே வந்து நின்றது. அதிலிருந்து ஒரு பிரெஞ் பெடியன் இறங்கினான்.

"ஹாய் ஷெரி..." என்று சிறிது பெலப்பாக குரல் வந்த திக்கை தலையைக் குனிந்து இருந்து யோசித்தவாறே இருந்த பருப்பு ஏறிட்டுப்பார்த்தான். அங்கே இருபத்தைந்து வயது மதிக்கத்தக்க பிரெஞ் பெடியன் ஒருத்தன் நின்றிருந்தான். இப்படி ஓர் அழகான பெட்டியனை பருப்பு தனது பாரிஸ் சீவியத்தில் பார்த்ததில்லை.

நெடுநெடுவென்ற உயர்ந்த தோற்றமும், சிறிய வாயும், அளவான உயரத்தைக்கொண்ட கழுத்தும், அகன்று விரிந்த மார்புகளும், மிதப்பான கட்ஸ்சுகளைக்கொண்ட கைகளும் என்று காலக்கடவுள் அவனை வஞ்சகமில்லாமல் மிக நேர்த்தியாக வரைந்து இருந்தான். அவனின் வாயினில் விஸ்கி மணம் வெளிவந்து கொண்டிருந்ததால் அவன் நன்றாகக் குடித்திருந்தான் என்பதை பருப்பால் ஊகிக்க முடிந்தது. எதோ வில்லங்கம் வரப்போகின்றது என்று மட்டும் உள்மனம் பருப்புக்கு உணர்த்தியது. அவனது கால்கள் கலவியில் கலந்த பாம்புகள் பின்னிப் பிணைவதுபோல காற்றில் அலை பாய்ந்தன. அந்த பிரெஞ் பெடியனது முகத்தை அழகான கறுப்புக்கண்ணாடி அலங்கரித்திருந்தது. அவன் பருப்பை நோக்கி வரத்தொடங்கினான். பருப்பின் அருகே அமர்ந்துகொண்ட அவன் சினேகபூர்வமாக ஒரு சிகரட்டை எடுத்து பருப்பிடம் நீட்டினான். பருப்பு மறுப்பேதும் சொல்லாமல் வாங்கிக்கொண்டான். அப்போதிருந்த மனநிலையில் அவனுக்கு ஒரு சிகரட் தேவைப்பட்டது.

“ஆமா உனது பெயர் என்ன?” பருப்பு சிறிது நேரம் யோசித்துவிட்டு,

“பருப்பு...பருப்பு.”

“நீ புதுசா?”

“இல்லை பழசு.”

“நீ அழகாய் இருக்கின்றாய்.”

“உன்னைவிடவா?”

பொருள் விளக்கம்

மெட்றோ: நிலக்கீழ் தொடரூந்து நிலையம்

ஷெரி : அன்பே

- வல்லினம், 07 சித்திரை 2015

○ ○ ○

சுந்தரி

வேம்படியில் வாழ்ந்துவந்த தங்க வேலாயுதத்தாருக்கும் தெய்வானைபிள்ளைக்கும் மூத்த மகளாகப் பிறந்த கனக சுந்தரிக்கு நண்டும் சிண்டுமாக நான்கு தம்பிகளும் மூன்று சகோதரிகளும் இருந்தார்கள். தங்க வேலாயுதம் ஆசிரியர் தொழிலுடன் நூறு பட்டி தோட்டமும் செய்துவந்ததால் அந்தப் பெரிய குடும்பம் ஓரளவு வசதியாக இருந்து வந்தாலும், யுத்தத்தின் கோரப்பிடியினுள் சிக்கிய அந்தக் குடும்பம் படிப்படியாக அதன் வளங்களை இழக்கத் தொடங்கியது. கனக சுந்தரி பல்கலைக்கழகப் பட்டப் படிப்பும் முடித்து கலியாண வயதையும் எட்டிவிட்டதால் தங்க வேலாயுதத்துக்கு பிள்ளைகளின் எதிர்காலம் பயமுறுத்தியது. அவளது அழகில் கடவுள் எதுவித வஞ்சகமும் செய்யாத காரணத்தால் கனகசுந்தரியின் அழகில் மயங்காத பெடியளே வேம்படியில் இல்லை என்றே சொல்லலாம். எது எப்படியோ அவளுக்குப் பேசிவந்த கலியாணங்கள் எல்லாம் அவளது செவ்வாய் குற்றத்தினால் தட்டுப்பட்டுக்கொண்டே வந்தன. இது தெய்வானைப்பிள்ளைக்கு மனதளவில் பெரிய தாக்கமாக இருந்தது. தெய்வானைபிள்ளை பாரிசவாதத்தால் பாதிக்கப்பட்டாள். நோய்வாய்ப்பட்ட தாய்க்குப் பிறகு கனகசுந்தரியிடமே குடும்பப் பொறுப்புகள் வந்து சேர்ந்தன. கோழி தன்குஞ்சுகளை எப்படிப் பார்க்குமோ அப்படியே அவள் தனது தம்பி தங்கைகளை பொத்திப் பொத்தி வளர்த்தாள்.

கோடைக்காலத்தின் ஒரு மாலைப்பொழுதில் புறோக்கர் சவரிமுத்து கனக சுந்தரிக்கு ஒரு குறிப்பைக் கொண்டுவந்தான். பிரெஞ் பிரஜையான மனோகரன்

அண்மையில் தனது மனைவியை விபத்தொன்றில் பலிகொடுத்து இருந்தார். அவருக்கு சிறிய வயதில் இரண்டு பிள்ளைகள் இருந்தார்கள். முக்கியமாக மனோகரன் தனக்கு எதுவித சீதனமும் வாங்கப்படாது என்று நிபந்தனை போட்டிருந்தார். அவருக்கு தேவை தனது சிறிய பிள்ளைகளைப் பார்பதற்கு ஓர் அன்பான அம்மா வேண்டும் அவ்வளவே. சவரிமுத்து இந்த சம்பந்தத்தால் வரப்போகும் நன்மைகளை தங்க வேலாயுதத்துக்கு எடுத்துச் சொன்னாலும், தனது மகள் இரண்டாம் தாரமாக ஒருவனுக்கு வாழ்க்கைப்படப் போவதையிட்டு அவரின் மனம் கலங்கியது. கனக சுந்தரியோ அப்பாவின் பேச்சுக்கு எதிர் பேச்சு பேசாது மனோகரனை கலியாணம் செய்ய சம்மதித்தாள். அவளைப்பொறுத்த வரையில் இந்தக் கலியாணத்தால் தனது சகோதரங்களின் எதிர்காலமே அவளுக்கு முக்கியமாகப்பட்டது. வேம்படியே வெப்பிராயத்தில் புகைகக்க மனோகரன் கனக சுந்தரியைக் கலியாணம் செய்து கொண்டார்.

★★★

கடுமையான பனிப்பொழிவு பொழிந்த ஒரு பனிக்காலப் பொழுதொன்றில் கனகசுந்தரியின் வருகை பிரான்ஸில் பதிவானது. இந்தச் சூழலை இயல்பாக்குவதற்கு கனகசுந்தரி நிறையவே போராட வேண்டி இருந்தது. அவ்வளவு சுலபமாக அது அவளுக்கு இருக்கவில்லை. புரியாத மொழியும், முற்றிலும் மாறான வாழ்க்கை முறைகளும் அவளைத் திணறடித்தன. காலம் செல்லச் செல்ல பாரிஸின் நெளிவு சுழிவுகளை மெதுவாகப் பிடித்துக்கொண்டாள். அவள் மேலும் இரண்டு பிள்ளைகளுக்கு அம்மாவானாள். நான்கு பிள்ளைகளையும் ஒரு வித வித்தியாசம் இல்லாமலேயே வளர்த்தாள். பிள்ளைககளைப் பராமரிப்பதற்கு அரசாங்கம் உதவித்தொகைகளை வழங்கியது. அத்துடன் வீட்டு வாடகையில் குறிப்பட்ட தொகை உதவிப்பணமாக வந்தது. இதனால் கனகசுந்தரிக்கு வேலைக்குப் போய் கடுமையாக உழைத்து வெட்டி அள்ள வேண்டும் என்ற அவசியம் இல்லாமல் போய்விட்டது. ஆனால், உதவித்தொகைகளால் வந்த பணத்தின் ருசி அவளை மெதுமெதுவாக வளைத்துக்கொண்டது. இலகுவான வழியில் பெரிய முதலீடு இல்லாமல் காசு பார்க்க அவளுக்குப் பாரிஸ் வாழ்க்கை ஒரு வழியைக்காட்டியது.

★★★

இந்த சீட்டுத் தொழில் இருக்கிறதே தமிழரின் பழமை வாய்ந்த தொழில். முழு நிலவுபோல எட்டத்தில் நின்று அழகு காட்டும் காசை அன்றாடங்காய்ச்சிக்குப் பலரின் சப்போர்ட்டுடன் குறுகிய

நேரத்தில் பெருமளவில் கிட்ட வைத்துப் பார்க்கும் செப்படி வித்தைக் கலை இது. ஒருபக்கத்தில் தமிழரது சேமிப்பாக இருந்தாலும் இந்தச் சீட்டு தொழிலால் புலம் பெயர் தேசங்களில் பல குடும்பங்கள் சிக்கிச்சிதறி சின்னாபின்னாமானதுதான் மிச்சம். அதைவிட சீட்டு காசு கட்டப்பிந்தினால் தாச்சி மறித்தவர் அவர்களிடம் கேட்கும் கேள்விகளும் வில்லங்கமானவை. சில இடங்களில் மனைவிமாரையே படுக்கைக்கு அழைத்த சம்பவங்களும் இந்த பாரிஸ் பட்டினத்தில் நடந்துதான் இருக்கின்றது. அநேகமான களவு கொலைகளுக்கு மூலம் தேடிப்போனால் இந்த சீட்டு தொழிலே அதில் முக்கியப் புள்ளியாக இருக்கும். இருந்தாலும் இந்த தமிழ் சனங்கள் இருக்கிறார்களே! சீட்டு கட்டுவதில் எவ்வளவுதான் ரிஸ்க் இருந்தாலும் அவர்கள் இதை வெறுத்ததே கிடையாது. சீட்டுப்பிடித்தல் தொழில் கனக சுந்தரியை வலு சிம்பிளாக தன்னுள் இழுத்துக்கொண்டது. ஆரம்பத்தில் ஒன்று இரண்டு ஒன்று சீட்டுக்களைப் பிடித்த கனகசுந்தரி, காலப்போக்கில் அவளை ஒரே நேரத்தில் பல சீட்டுக்களை பிடிக்கும் முதலாளியாக்கி விட்டிருந்தது. காசே அவளின் குணத்தையும் தீர்மானித்தது. ஊரில் இருந்த தனது சகோதரங்களை பாரிஸுக்கு கூப்பிட்டு நல்ல இடங்களில் கலியாணம் செய்துவைத்தாள். நான்கு பவியோன்களை (வளவுடன் கூடிய தனி வீடு) வாங்கிப்போட்டு, அதை எங்கடை சனத்துக்கு எழுதாமல் வாடகைக்கு (வரிகளில் இருந்து தப்ப) விட்டாள். தானும் ஒரு பவியோன் வீட்டில் இருந்துகொண்டாள். இப்பொழுது இருக்கின்ற பாரிஸ் சனங்களுக்கு கனக சுந்தரி என்ற பெயர் மறக்கப்பட்டு “சீட்டு சுந்தரி”என்றே அறியப்பட்டாள்.

***

சீட்டு சுந்தரி எப்பொழுதும் கழிவு சீட்டுத்தான் பிடிப்பாள். குலுக்கல் சீட்டில் பெரிய லாபம் இல்லை என்பது அவள் கணக்கு. முதல் சீட்டு தாச்சி மறிக்கும் அவளுக்கே போய்ச்சேரும். அத்துடன் “கொம்யூனிக்கேஷன் செலவு” என்று ஒரு தொகையை சீட்டு ஆரம்பிக்கும்பொழுது வாங்குவாள். இதைவிட சீட்டுக் காசு கட்டப் பிந்தினால் அதைக் கலெக்சன் செய்யும் முறையில் தான் சீட்டு சுந்தரி பாரிஸில் தனிமுத்திரை பதித்தாள். முதலில் அன்பாகப் பேசி பின்னர், மீற்றர் வட்டியில் தொடங்கி அதற்கும் மசியாமல் இருந்தால், சீட்டு சுந்தரியின் கொமாண்டோ படை களத்தில் இறங்கும். இந்த தரையிறக்கம் அனேகமாக லாச்சப்பலில் றெக்கியெடுத்து இறக்கப்படும். ஒன்றில் காசு அல்லது கையை காலை எடுப்பதில் அந்த ஒப்பறேசன் முடியும். இதற்கென பூனை குறூப் என்றும் கறடி குறூப் என்றும் இரண்டு வகையான குறூப்புகள் (கொமாண்டோ) அவளுக்கு இருந்தன. முதலில் பூனை குறூப்தான் ஏரியாவில் இறங்கும். இந்த

குறூப் முதலில் வெருட்டல் மட்டுமே சம்பந்தபட்டவருக்கு விடும். அதற்கும் மிஞ்சினால் கறடி குறூப் இறங்கும். கறடி வெட்டுக்கொத்து கேஸ்தான். அது இரத்தம் காணாமல் திரும்பாது. இதனால் லாச்சப்பல் ஏரியா பலதடவை ரணகளப்பட்டிருக்கின்றது.

இந்த குறூப்புகள் ஏறத்தாள றோட்டு போடும் றோலர் போன்றவைதான். இவர்களுக்கு உள்ள இலக்கு என்பது விளைவுதான். இடையில் இருக்கும் எதையுமே அவை கணக்கில் எடுப்பதில்லை. பொதுஇடங்களில் சம்பந்தப்பட்டவர் கூனிக் குறுகி அவமானப்படுகின்றாரே என்பதெல்லாம் அவர்களுக்கு வேண்டாத கவலை. குறுக்கு வழியின் முடிவிடம் என்றும் பாவத்தின் விளைச்சல் நிலமாகவே இருந்திருக்கின்றது. ஆனால், அதில் பல வெற்றிக்கனிகள் காய்த்துத் தொங்கியிருக்கும். இந்த வழியால் செல்கின்றவர்கள் வெற்றிக்கனிகளை சுலபமாகத் தம்வசப்படுத்துகின்றார்கள்தான். வெளியில் இருந்து பார்ப்பவர்களும் இவற்றைப்பார்த்துப் பெருமூச்சு விடுகின்றார்கள்தான். ஆனால் அவைகளோ நிரந்தரமாக இருப்பதில்லை. அந்த வெற்றியின் பின்னே ஒளிந்திருக்கும் பாவத்தின் பலாபலன்கள் சந்ததிக்கும் ஆட்டிப்படைக்க வல்லன.

⋆⋆⋆

ஒரு வசந்தகால முற்பகுதியில் அம்மாவிடம் இருந்து எனக்கு ஒரு தொலைபேசி அழைப்பு வந்தது. அக்காவுக்கு அவுஸ்திரேலியாவில் இருக்கும் ஒரு எஞ்சினியர் மாப்பிள்ளையின் குறிப்பு சரிவந்து கலியாணம் முற்றாகி விட்டது என்றும், நாப்பது லட்சம் காசும் வீடுவளவும் சீதனமாக மாப்பிளை பகுதி கேட்கின்றது என்றும் அந்தத் தொலைபேசி அழைப்பு சொல்லியது. அக்காவுக்கு கலியாணம் சரிவந்தது சந்தோசமாக இருந்தாலும், சிமிக் (அடிப்படை) சம்பளத்தில் வேலைசெய்து, அறை வாடகை கட்டும் எனக்கு இந்தச் செய்தி உண்மையில் ஜவல் (குளோரின்) குடித்த மாதிரி இருந்தது. என்னை நம்பி இவ்வளவு காசை யார் தருவார்கள்? என்ற எண்ணமே மண்டைக்குள் எந்தநேரமும் பிராண்டிக்கொண்டு இருந்தது. வீட்டைப் பொறுத்தவரயில் நான் ஒரு தேவன். இந்தத் தேவனால் முடியாதது எதுவும் இல்லை என்ற நம்பிக்கையை அம்மாவுக்கு வளர்த்துவிட்டேன். அம்மாவும் பாவம் யாரிடம்தான் போவாள்? அப்பா இல்லாத இடத்தில் தேவன் பதவியை நான் நிரப்பிக்கொண்டேன். எனது சுகதுக்கம் எல்லாம் அம்மாவுக்கு இரண்டாம் பட்சம்தான். அம்மாவில் எனக்கு வெறுப்பு கொட்டிக்கிடந்தாலும், அம்மா இல்லாவிட்டால் நான்

வந்திருப்பேனா என்ற நினைப்பே அம்மாவில் இருக்கும் வெறுப்பை கரைக்கப் பண்ணிவிடும். இப்பொழுது வந்த அக்காவின் செய்தியும் அப்படியே இருந்தது.

ஒருநாள் மாலைப் பொழுதொன்றில் நானும் என்னுடன் ஒன்றாக படித்த யோகேசனும் அருந்தகம் ஒன்றில் சந்தித்துக்கொண்டோம். வீதி ஓரத்தில் இருந்த மேசையில் இருந்துகொண்டு நான் அவனுடன் பேசியபொழுது கபேயின் வாசத்துடன் எனது மன வெப்பிராயமும் சேர்ந்து வந்து விழுந்தது. எல்லாவற்றையும் கேட்டுக்கொண்டிருந்த யோகேசன் எங்கள் மற்றக் கூட்டாளி ரமணனுடன் சேர்ந்து மூன்று பேரும் முப்பதினாயிரம் யூறோ சீட்டு பெரிய சீட்டாக பிடிப்போம் என்று சொன்னான். சொன்னதும் அல்லாமல் எனக்கு முன்னாலேயே சீட்டு சுந்தரிக்கு தொடர்பெடுத்து பெரிய சீட்டு இப்ப கட்டலாமா என்ற விபரத்தையும் எடுத்து விட்டான்.

ஒருநாள் மாலை நானும் யோகேசனும் ரமணனும் சீட்டு சுந்தரி வீட்டிற்குப் போனோம். சீட்டு சுந்தரியின் வீடு பெரிய கேற்றுகளுடன் பிரமாண்டமாக இருந்தது. நாங்கள் அங்கு சென்ற பொழுது ஒரு முப்பது பேர் அங்கு இருந்தார்கள். எல்லோருக்கும் ரீயும் வடையும் தந்தார்கள். சிறிது நேரத்தில் சீட்டு சுந்தரி அங்கு வந்தாள். இப்பொழுதுதான் நான் சீட்டு சுந்தரியை முதன் முதலாகப் பார்க்கின்றேன். அழகென்றால் அப்படி ஓர் அழகு. பார்த்தால் நான்கு பிள்ளைகளுக்கு அம்மா என்று யாரும் அவளைச் சொல்ல மாட்டார்கள். ஏன் சனங்கள் சீட்டு சுந்தரியிடம் சீட்டுக்கட்ட அள்ளுப்படுகின்றார்கள் என்று இப்பொழுது எனக்கு விளங்கியது.

சீட்டு சுந்தரி சீட்டு கூறும் அழகே அழகுதான். எல்லோருக்கும் நடுவில் சப்பாணி கட்டிக்கொண்டு இருந்துகொண்டு சீட்டை இவ்வாறு தொடங்கினாள்,

“உங்கடை கஸ்ரங்களை குறைக்கவேணும் எண்டுதான் இந்தச் சீட்டைத் தொடங்கினான். மத்தும்படி மற்றவையைபோலை வியாபாரப் புத்தி எல்லாம் எனக்கு இதிலை இல்லை. உங்களுக்கு எவ்வளவு கஸ்ரம் இருக்கோ அந்தளவுக்கு இந்த சீட்டு முடியிற வரைக்கும் எனக்கும் இருக்கு. சீட்டுத்தொகை முப்பதினாயிரம் யூறோ. கட்டு காசு ஆயிரம் யூறோ. முதல் சீட்டு தாச்சி மறிக்கிற எனக்குத்தான். செக்குகள் எடுக்கமாட்டன். காசாய்தான் தரவேணும். அடுத்த சீட்டு வாற மாசம் பத்தாம் திகதி கூறுவம்” என்று சொல்லி முடித்தாள். நாங்கள் எல்லோரும் காசை சீட்டு சுந்தரியிடம் எண்ணிக் கொடுத்துவிட்டு வந்தோம்.

★★★

சீட்டு சுந்தரியிடம் காசுகளை எண்ணிக் கொடுத்துவிட்டு வந்ததில் இருந்து மனம் அங்கும் இங்கும் டான்ஸ் ஆடியது. நம்பிக்கைதானே வாழ்க்கை. நான் இங்கு வரும்பொழுது இந்த பிரான்ஸ் என்னை வாழவைக்கும் என்று எந்த நம்பிக்கையில் வந்தேன்? தேடலும் நம்பிக்கையும் ஒரே கோட்டில் வரும்பொழுது வெற்றி விளைவாக இருக்கும். சீட்டு சுந்தரி நாணயமானவள்தான். நாம்தான் முதலில் நம்பகமாக நடக்கவேண்டும். அடுத்தமுறை என்ன கழிவெண்டாலும் எடுக்கவேணும். இந்த்த புள்ளியை வைத்துதான் நான் பெரிய வட்டங்களும் சதுரங்களும் கீற முடியும். மீண்டும் வீட்டில் இருந்து அம்மாவின் பாசஅழைப்பு வந்தது. அது அக்காவின் சீதனக்காசிலேயே சுற்றிச் சுழண்டு கொண்டிருந்தது. மாப்பிள்ளை பகுதி கலியாணத்தை வருகிற மாத முடிவுக்குள் செய்ய நெருக்குகின்றார்கள் என்றும் இல்லாவிட்டால் கலியாணம் குளம்பி விடும் என்று அம்மா பதகளிப்பட்டா. அக்காவும் பாவம் மெல்லவும் முடியாமல் விழுங்கவும் முடியாமல் தன்ரை பிறப்பை நினைச்சு உள்ளுக்கை கவலைப்படும். நான் பலவிதமான குழப்பங்களுடன் நாட்களைக் கடத்திக் கொண்டிருந்தேன்.

எனது சம்பளத்தில் எடுத்து காசைக்கொடுத்ததால் சிக்கனத்தில் சிக்கனமாக இருக்கவேண்டியதாகிவிட்டது. ஒன்றிற்காக ஒறுத்தலிலும் இன்பம் இருக்கத்தான் செய்கிறது. அடுத்தநாள் சீட்டு எடுக்கிற நாள் என்பதால் அன்றையபொழுது எனக்கு பதட்டமாகவே இருந்தது. யாரும் சீட்டை வேணுமென்று ஏத்தாமல் விட்டாலே காணும். இதற்காகவே யோகேசனைக் கொண்டு எல்லாரையும் சரிக்கட்டி இருந்தேன். அடுத்தநாள் வேலையை முடித்துக்கொண்டு பசிக்களையுடன் சீட்டு சுந்தரியின் வீட்டுக்குப் போனேன். நான் வந்து இறங்கிய மெட்றோ (நிலக்கீழ் தொடரூந்து நிலையம்) வாசலில் இருந்து சீட்டு சுந்தரியின் வீட்டுக்குப் பத்து நிமிடங்களுக்கு மேலாக நடக்க வேண்டும். நான் றோட்டு சந்தியால் சீட்டு சுந்தரியின் வீட்டுக்குத் திரும்பியபொழுது தூரத்தே றோட்டு முழுக்க பொலிஸ் நிற்பது தெரிந்தது. சிவிலில் இருந்த நான்கு வெள்ளைகள் தங்கள் அடையாள அட்டையைக் காட்டி எனது விசாவைப் பரிசோதிக்க மற்றயவர்களோ பக்கத்தில் இருந்த சுவரில் என்னைப் பின்புறமாக சாய்த்து வைக்க அவர்களது கைகள் எனது உடம்பில் ஊர்ந்தன.

- முகடு, 02 வைகாசி 2016

○ ○ ○